全新

專為華人設計的泰語教材

自學泰語
看完這本就能說！

字母＋筆順＋單字＋會話＋文法一次學會！

全MP3一次下載

http://www.booknews.com.tw/mp3/9786269756599.htm

全 MP3 一次下載為 zip 壓縮檔，
部分智慧型手機需安裝解壓縮程式方可開啟，iOS 系統請升級至 iOS 13 以上。
此為大型檔案，建議使用 WIFI 連線下載，以免占用流量，並確認連線狀況，以利下載順暢。

前　言

　　泰國位於中南半島的中南部，毗鄰寮國、柬埔寨、緬甸、馬來西亞。濃郁的小乘佛教氛圍、獨特的文化傳統和當地人的熱情好客使得泰國成為世界著名的旅遊地之一。同時我國與泰國的經濟、人文交往也日益密切。新南向政策的實施也使得我國與泰國的商貿往來日趨緊密。泰語作為泰國境內的通用語言，通常用於日常生活、學習、工作、商務談判等社交活動中。泰語中融入了梵語、巴利語、中文等，除了官方語言，泰國也有方言，比如北部方言、東北部方言、南部方言等。其中東北部方言與寮國的語言相近。泰語富有音韻與藝術氣息，具有多元化的語言特徵，這吸引了眾多的泰語愛好者。我們在進一步瞭解泰語愛好者在學習過程中的難點之後，推出了這本《全新！自學泰語看完這本就能說》。

　　《全新！自學泰語看完這本就能說》共分為 4 章。「泰語的發音與筆順」介紹每個音的發音要訣，並附字母發音時的真人發音口型圖和線上音檔，在單字中練習發音，真正做到快速入門。「最常用的文法和句型」以表格等，彙集整理基礎的文法與句型，講解由淺入深，符合學習規律。「常用的分類單字」將 27 個日常生活場景中常用的詞彙進行了歸納，並以心智圖的形式呈現，落實單字量的有效且長久的記憶。「最口語的日常短句會話」涵蓋 16 個最道地的泰語日常交際情境，在交際口語和對話後，設置文法點播和文化連結的專欄，讓口語的學習更加全面，更具實際意義。

如何使用這本書

線上音標輔助學發音
羅馬音標提示
零基礎也能輕鬆學泰語！

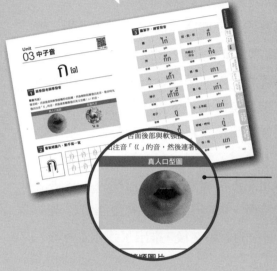

01 泰語發音真的好簡單

沒學過泰語，也能輕鬆說出口

　　為完全沒有任何泰語基礎的人設計，將最基本的母音、子音（中子音、高子音、低子音、複合子音、尾音），加上羅馬音標輔助發音，每個音只要跟著唸就學會。搭配相關練習單字，打好泰語發音基礎。

02 泰語單字輕鬆記

初學泰語，這些單字就夠了！

　　除了基本食、衣、住、行…等必備單字之外，還收集跟泰國相關的用語等，一網打盡所有常用字彙。使用羅馬拼音擬音輔助，輕鬆學習無負擔。

03 | 基礎文法體系徹底整理

再學多一點，實力就從這裡開始！

　　用最濃縮、統整的方式，將所有初級到中級必須知道的文法概念整理起來。你可以從表格清楚了解各種動詞變化，並且學到生活中用得上的多樣句型。

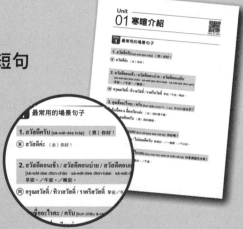

04 | 什麼狀況都能套用的常用短句

從迷你句快速累積會話實力

　　精選 16 課句型主題，輔以簡單的方式解說，你將能學到最基礎的例句。透過句型會話加強練習，更能有效累積溝通實力。

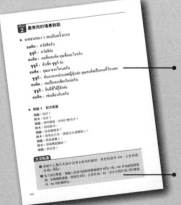

05 | 場景式生活會話

隨時隨地都能用泰語聊天

(1) 三段式延伸對話

　　精選 16 個生活場景，主題貼近生活，例如：寒暄介紹、餐廳訂位、電話中請對方留言、預約看病、休閒娛樂…等，泰國人日常生活一定會用到的會話都在這裡！

(2) 會話延伸說明

　　貼心的的文法點播及文化連結，讓你和泰國人更加接近。

Features ————————————

本書特色

────────────────

◎ 內容全面，搭配心智圖輔助學習

本書包括泰語發音、基礎文法、常用單字、情境對話等章節，符合學習規律，結合心智圖幫助理解記憶，發揮大腦學習潛能。適合初學者、自學者快速入門。

◎ 母語人士朗讀

聘請母語人士錄製全書音檔，QR 碼隨掃隨學，輕鬆掌握最道地、最標準的泰語發音。

◎ 詞性 + 句型，基礎文法一學就會

文法講解依照先詞性後句法的順序，由淺入深，逐一詳解常見語法點。心智圖搭配表格及實用例句，告別枯燥的文法學習模式。

◎ 常用基礎單字場景式分類，集中記憶，舉一反三

嚴選生活化的 27 個主題，收錄 1000 餘個常用單字，以心智圖自由聯想並展開記憶，達到長期記憶的目的。

◎ 模擬實際情境，列舉常用短句和情景對話，日常交流沒問題

選取 16 個常用的日常生活場景，提供該場景下使用頻率較高的交流短句及其同義句、反義句、問句等相關擴展句。每個場景另設 2 組對話，讓您在任何場合下都能遊刃有餘地用泰語進行交流。另外，大部分場景後設置「文法點播」和「文化連結」專欄，作為對正文各小節內容的補充，給您營造更加真實的學習氛圍。

本書編寫過程中，難免有所疏漏，歡迎各位讀者指正，以便完善本教材。

CONTENTS 目錄

1 發音課
泰語的發音與筆順

2 文法課
最常用的文法和句型

3 單字課
最常用的分類單字

4 句型會話課
最口語的日常短句會話

1

發音課
泰語的發音與筆順

Unit
01 泰語簡介

　　泰語是泰國人用於溝通交流的語言。泰國舊稱暹羅，所以泰語也被稱為暹羅語。泰語普遍是以曼谷口音為標準音的官方語言。泰國依地理位置可以分為四個部分，分別是中部、北部、東北部和南部。因此，泰國除了普遍流通的曼谷口音之外，還有各地方言，可以概括地稱為中部方言、北部方言、東北部方言、南部方言。值得一提的是，泰國東北部與寮國接壤，因此泰國的東北方言和寮國語差異不大。

　　泰國是一個多民族的國家，此一民族特點也充分展現在其語言特色中。泰語吸收了大量的梵語、巴利語及一定數量的孟語、高棉語、中文、馬來語及英語詞彙。泰語中的中文多為中國南方方言，如潮汕方言、廣東話、客家話、海南話等，這是由於最早到達泰國的中國移民多來自於中國的南方。此外，泰語中還有皇室用語和佛教用語，因為不常用，所以國內能同時掌握此兩種泰國語言的人較少，泰國皇室用語和佛教用語的詞彙多來自梵語和巴利語。

　　泰國的文字是由13世紀素可泰王朝的蘭甘亨大帝創造的，吸納了一定數量的孟文和高棉文，以其為基礎加以改造，後經歷代改良才形成了今天的泰文。

　　從語言學角度來看，泰語與漢語同屬漢藏語系，所以在語言方面有著共同的特點。例如：泰語和中文都有聲調、量詞等。泰語屬於拼音文字，也可以叫作表音文字。泰語文字拼讀是有規則可循的，字母也較多。在泰語學習中，掌握語音是關鍵。

泰語的書寫規則自成一體。初學者需要正確掌握泰語文字的書寫規則。一般來說，書寫時需要注意以下幾個方面：

第一：從圓圈開始寫。

第二：沒有圈，從下往上寫。

第三：每個音節按從左往右的順序寫。

第四：除了少數字母以外，大多數字母一筆寫成。

泰語的發音與筆順

泰語 簡介

語音 知識

子音

母音

聲調與拼讀 規則

前引字

特殊發音 與符號

最常用的 文法和句型

最常用的 分類單字

最口語的日常 短句會話

Unit
02 語音知識

　　泰語的音節由子音、母音和聲調組成。泰語子音分為中子音、高子音、低子音三類，各子音的拼音規則有所不同。拼音泰語中梵文、巴利文、高棉文或其他國家的借詞時，會出現特殊的拼音方法。

一、泰語的音節

　　泰語音節可以分為兩類，分別是開音節和閉音節。

　　開音節是以母音結尾的音節。拼讀開音節時，氣流經過發音器官時不會受到阻礙。

　　例如： กา 讀作 ga，發音時，氣息順暢。

　　閉音節是以子音結尾的音節。閉音節中結尾的那個子音我們把它叫作尾音。拼讀閉音節時，氣流經過發音器官時會受到阻礙，形成一個模糊的音。

　　例如：กาก 讀作 gàak，發音時，尾音k並不像英語中 bike 一詞中 k 發音那麼清楚，而是發音器官阻礙氣流形成一個模糊的 k 音，音素相對靠後。

二、子音

　　子音是指氣流在口腔或咽頭受到阻礙而形成的音。泰語的子音，類於中文注音裡的ㄅㄆㄇㄈ…，分為中、高、低子音，共有 44 個，但現代泰語中有兩個子音已經被淘汰，即高子音 ฃ 及低子音 ฅ，因此，目前使用的泰語子音只有 42 個，如右頁表。

泰語子音名稱表

子音	子音名稱	名稱拼音	意思
ก	ก ไก่	gor gài	雞
ข	ข ไข่	kŏr kài	雞蛋
ฃ （不再使用）	ฃ ขวด	kor kûat	瓶子 （該詞現代泰語寫為 **ขวด**）
ค	ค ควาย	kor kwaai	水牛
ฅ （不再使用）	ฅ คน	kor kon	人 （該詞現代泰語寫為 **คน**）
ฆ	ฆ ระฆัง	kor rá-kang	大鐘
ง	ง งู	ngor ngoo	蛇
จ	จ จาน	jor jaan	盤子
ฉ	ฉ ฉิ่ง	chŏr chìng	小鈸
ช	ช ช้าง	chor cháang	大象
ซ	ซ โซ่	sor sôh	鎖鏈
ฌ	ฌ เฌอ	chor cher	樹
ญ	ญ หญิง	yor yĭng	女人
ฎ	ฎ ชฎา	dor chá-daa	頭冠
ฏ	ฏ ปฏัก	dtor bpà-dtàk	（用於驅趕動物的）刺棍
ฐ	ฐ ฐาน	tŏr tăan	底座、塔座
ฑ	ฑ มณโฑ	tor mon-toh	（泰國文學作品《拉瑪堅》 中大魔王的妻子）曼陀女
ฒ	ฒ ผู้เฒ่า	tor pôo tâo	老人
ณ	ณ เณร	nor nen	小沙彌
ด	ด เด็ก	dor dèk	小孩

泰語簡介
語音知識
子音
母音
聲調與拼讀規則
前引字
特殊發音與符號
最常用的文法和句型
最常用的分類單字
最口語的日常短句會話

ต	ต เต่า	dtor dtào	烏龜
ถ	ถ ถุง	tŏr tŭng	袋子
ท	ท ทหาร	tor tá-hăan	軍人
ธ	ธ ธง	tor tong	旗子
น	น หนู	nor nŏo	老鼠
บ	บ ใบไม้	bor bai mái	樹葉
ป	ป ปลา	bpor bplaa	魚
ผ	ผ ผึ้ง	pŏr pêung	蜜蜂
ฝ	ฝ ฝา	fŏr făa	蓋子
พ	พ พาน	por paan	高腳盤
ฟ	ฟ ฟัน	for fan	牙齒
ภ	ภ สำเภา	por săm-pao	帆船
ม	ม ม้า	mor máa	馬
ย	ย ยักษ์	yor yák	巨人、妖怪
ร	ร เรือ	ror reuua	船
ล	ล ลิง	lor ling	猴子
ว	ว แหวน	wor wăen	戒指
ศ	ศ ศาลา	sŏr săa-laa	亭子
ษ	ษ ฤาษี	sŏr reu-sĕe	修行人、隱士
ส	ส เสือ	sŏr sĕuua	老虎
ห	ห หีบ	hŏr hèep	盒子
ฬ	ฬ จุฬา	lor jù-laa	五角形風箏
อ	อ อ่าง	or àang	大盆
ฮ	ฮ นกฮูก	hor nók hôok	貓頭鷹

泰語子音分為三類，分別是中子音、高子音、低子音。

中子音共有 9 個，如下表。

泰語中子音表

中子音	音標	中子音	音標
ก	g	จ	j
ด ฎ	d 濁音	ต ฏ	d 清音
บ	b 濁音	ป	b 清音
อ	o		

高子音共有 10 個，如下表。

泰語高子音表

高子音	音標	高子音	音標
ข	k	ฉ	ch
ถ ฐ	t	ส ศ ษ	s
ผ	p	ฝ	f
ห	h		

低子音共有 23 個，如下表。

泰語低子音表

低子音	音標	低子音	音標
ค ฆ	k	ช ฌ	ch
ท ฑ ธ ฒ	t	ซ	s
พ ภ	p	ฟ	f
ฮ	h	ง	ng
น ณ	n	ม	m
ย ญ	y	ร	r（彈舌）
ล ฬ	l	ว	w

泰語的發音與筆順
泰語簡介
語音知識
子音
母音
聲調與拼讀規則
前引字
特殊發音與符號
最常用的文法和句型
最常用的分類單字
最口語的日常短句會話

複合子音是兩個子音發出的一個混合音。泰語中的複合子音共有 15 個。如下表。

泰語複合子音表

複合子音		音標	複合子音	音標
以中子音開頭	กร	gon	กล	gon
	กว	gw	ตร	dton
	ปร	bpon	ปล	bpon
以高子音開頭	ขร	kŏn	ขล	kŏn
	ขว	kw	ผล	pŏn
以低子音開頭	คร	kon	คล	pŏn
	คว	kw	พร	pon
	พล	pon		

三、母音

母音是音素的一種，與子音相對。母音是在發音過程中氣流通過口腔而不受阻礙發出的音。泰語母音相當於中文拼音中的韻母，共有 32 個，分別分為單母音、複合母音、特殊母音。

單母音有 18 個，共有 9 個音位，每個音位對應 2 個字母，分別是該音位的長母音和短母音。如下表。

泰語的發音與筆順

泰語簡介

語音知識

子音

母音

聲調與拼讀規則

前引字

特殊發音與符號

最常用的文法和句型

最常用的分類單字

最口語的日常短句會話

泰語單母音表

短母音	音標	長母音	音標
-ะ	a	-า	aa
◌ิ	i	◌ี	ee
◌ึ	eu	◌ื	eu
◌ุ	u	◌ู	oo
เ-ะ	e	เ-	ay
แ-ะ	ae	แ-	ae
โ-ะ	o	โ-	oh
เ-าะ	or	-อ	or
เ-อะ	oe	เ-อ	oe

　　複合母音共有 6 個，3 個音位，每個音位對應一個短母音和長母音。泰語複合母音發音時重音在第一個母音上，第二個母音只需輕輕發出。如下表。

泰語複合母音表

短母音	音標	長母音	音標
เ ◌ี ยะ	ia	เ-ี ย	ia
เ ◌ื อะ	eua	เ-ื อ	eua
◌ั วะ	ua	◌ั ว	ua

特殊母音也是複合母音，共有 8 個。這類母音的特點是由特殊符號表示，有特殊的發音規則。因此，被稱為特殊母音。泰語中的特殊母音共有 8 個。我們根據發音特點可以把這 8 個特殊母音分為兩類。

　　第一類：ํา ไ- ใ- เ-า 這 4 個特殊母音本身為短母音，有 3 個音位。但發音時發泰語的第一個聲調，按照長母音的拼音規則來拼讀音節。

　　第二類：ฤ ฤๅ ฦ ฦๅ 這 4 個特殊母音又可以分為兩組，即ฤ ฤๅ 和ฦ ฦๅ，有 2 個音位，單一字母為短母音，兩個字母的為長母音。這一類特殊母音是用來拼讀泰語中巴利語、梵語等外來語的借詞。目前在現代泰語中，ฦ ฦๅ 已不再使用。如下表。

泰語特殊母音表

短母音	音標
ํา	am
ไ-	ai
ใ-	ai
เ-า	ao
ฤ	rèu
ฤๅ	reu
ฦ	lèu
ฦๅ	leu

---

* ○為子音的位置。

四、尾音

泰語中的尾子音位於母音之後。這類帶尾音的音節被稱為閉音節。根據發音特點可以劃分為兩類，即清尾音和濁尾音。

清尾音有 5 個，發音相對容易。可以在中文和英語中找到類似的音。如下表。

泰語清尾音表

母韻尾	音標	子韻尾
-ง	-ng	無
-น	-n	ณ ญ ร ล ฬ
-ม	-m	มิ
-ย	-i	無
-ว	-w	無

濁尾音有 3 個，濁尾音的變化多樣，一個母韻尾有多個子韻尾，需要學習者多練習並牢記。如下表。

泰語濁尾音表

母韻尾	音標	子韻尾
-ก	-k	ข ค ฆ คร
-ด	-d	จ ช ซ ต ฎ ฏ ถ ฐ ฑ ฒ ท ธ ศ ษ ส ตุ ติ ตร รส
-บ	-b	ป ภ พ ฟ

五、泰語音節書寫變形

泰語中，子音與一些母音、尾音組成的音節會出現特殊的書寫形式，也就是書寫變形。這些書寫變形需要多練習並牢記。示例中，x 代表所有尾音。特例或個案將單獨說明。如下表。

泰語音節書寫變形表

子音	母音	尾音	書寫變形	例句	音標
ม	◌ื		อือ	มือ 手	meu
จ	เ-ะ	x	เอ็x	เจ็ด 七	jèt
ข	แ-ะ	x	แอ็x	แข็ง 硬	kǎeng
ต	โ-ะ	x	อx	ตน 自己	dton
ก	เ-อ	x (-ว -ง -น -ม -ก -ด -บ)	เอิx	เกิด 出生	gèrt
ค	เ-อ	-ย	เ-ย	เคย 曾經	koiie
ส	◌ัว	x	อวx	สวย 美麗	sǔuay

六、聲調

泰語中共有 5 個聲調。並有 4 個聲調符號，分別是：◌่、◌้、◌๊、◌๋，泰語的第一個聲調沒有聲調符號。子音上有母音則時則標在母音右上角，如 กี่。寫泰語聲調符號時，第一聲調不標，第二、三、四、五分別用上述的4個聲調符號標示。如下表。

示例	音標
กา 烏鴉	gaa
ปู่ 爺爺	bpòo
สั้น 短	sân
โต๊ะ 桌子	dtó
จิ๋ว 袖珍	jĭw

泰語的發音與筆順
子音
母音
聲調與拼讀規則
前引字
特殊發音與符號
最常用的文法和句型
最常用的分類單字
最口語的日常短句會話

Unit

03 中子音

TA01_01.MP3

ก [g]

Step 1 跟泰語老師學發音

發音方法〉

發音時，舌面後部與軟顎接觸形成阻礙，然後解除阻礙發出此音。發音時先發出注音「ㄍ」的音，然後連著微微發出英文音標〔ɔ〕的音。

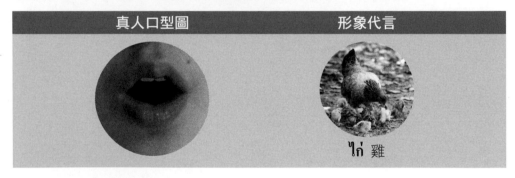

真人口型圖	形象代言
	ไก่ 雞

Step 2 看筆順圖片，動手寫一寫

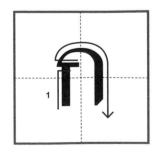

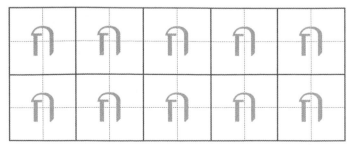

泰語簡介
語音知識
子音
母音
聲調與拼讀規則
前引字
特殊發音與符號
最常用的文法和句型
最常用的分類單字
最口語的日常短句會話

Step 3 讀單字，練習發音

雞	ไก่	就、則、即	ก็
音標	gài	音標	gôr
洲	ก๊ก	外祖父、外公	ก๋ง
音標	gók	音標	gŏng
九	เก้า	抓、撓	เกา
音標	gâo	音標	gao
椅子	เก้าอี้	舊、老	เก่า
音標	gâo-êe	音標	gào
老子	กู	老、上年紀	แก่
音標	goo	音標	gàe
救、拯救、救護	กู้	呼喊、呼叫	กู่
音標	gôo	音標	gòo
解開；改正	แก้	你；他	แก
音標	gâe	音標	gae

Unit
03 中子音

TA01_02.MP3

จ [j]

Step 1 跟泰語老師學發音

發音方法〉

發音時，舌面中部與硬顎接觸形成阻礙，然後解除阻礙發出此音。發音時先發出注音「ㄗ」的音，然後連著微微發出英文音標〔ɔ〕的音。

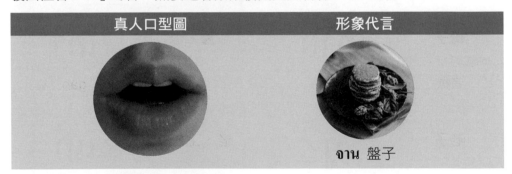

真人口型圖	形象代言
	 จาน 盤子

Step 2 看筆順圖片，動手寫一寫

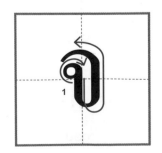

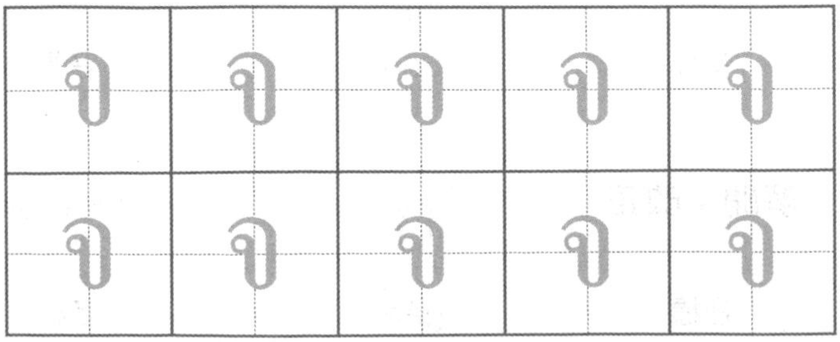

泰語的發音與筆順

泰語 簡介

語音 知識

子音

母音

聲調與拼讀 規則

前引字

特殊發音 與符號

最常用的 文法和句型

最常用的 分類單字

最口語的日常 短句會話

Step 3 讀單字，練習發音

盤子	จาน
音標	jaan

心	ใจ
音標	jai

中國	จีน
音標	jeen

疼	เจ็บ
音標	jèp

結束	จบ
音標	jòp

記錄	จด
音標	jòt

安排	จัด
音標	jàt

記	จำ
音標	jam

（吃）齋、素食	เจ
音標	jay

支付	จ่าย
音標	jàai

王	เจ้า
音標	jâo

鑽	เจาะ
音標	jòr

遇到、碰見	เจอ
音標	jer

僱用	จ้าง
音標	jâang

Unit

03 中子音

TA01_03.MP3

ด [d]

Step 1 跟泰語老師學發音

發音方法〉

濁音。發音時舌尖和上齒齦形成阻礙，然後解除阻礙發出此音，聲帶振動。發音要領在於氣流聚於鼻腔內，先發注音的「ㄉ」，然後連著微微發出英文音標〔ɔ〕的音。鼻音略重。

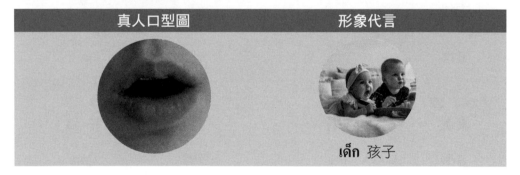

真人口型圖	形象代言
	 เด็ก 孩子

Step 2 看筆順圖片，動手寫一寫

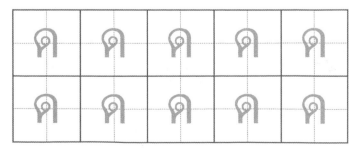

泰語的發音與筆順

簡介 泰語

知識 語音

子音

母音

規則 聲調與拼讀

前引字

與符號 特殊發音

文法和句型 最常用的

分類單字 最常用的

短句會話 最口語的日常

Step 3　讀單字，練習發音

孩子	เด็ก
音標	dèk

花	ดอก
音標	dòk

看	ดู
音標	doo

好	ดี
音標	dee

凶	ดุ
音標	dù

可以；得到	ได้
音標	dâai

黑色	ดำ
音標	dam

森林	ดง
音標	dong

山丘	ดอย
音標	doi

星星	ดาว
音標	daao

走	เดิน
音標	dern

突出	เด่น
音標	dèn

明星	ดารา
音標	daa-raa

把手、柄	ด้าม
音標	dâam

Unit

03 中子音

TA01_04.MP3

ฎ [d]

Step 1 跟泰語老師學發音

發音方法〉

與 ด 的發音要點相同。濁音。發音時舌尖和上齒齦形成阻礙，然後解除阻礙發出此音，聲帶振動。發音要領在於氣流聚於鼻腔內，先發注音的「ㄉ」，然後連著微微發出英文音標〔ɔ〕的音。鼻音略重。

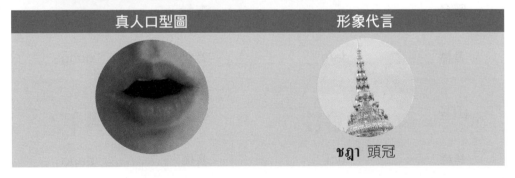

真人口型圖	形象代言
	 ชฎา 頭冠

Step 2 看筆順圖片，動手寫一寫

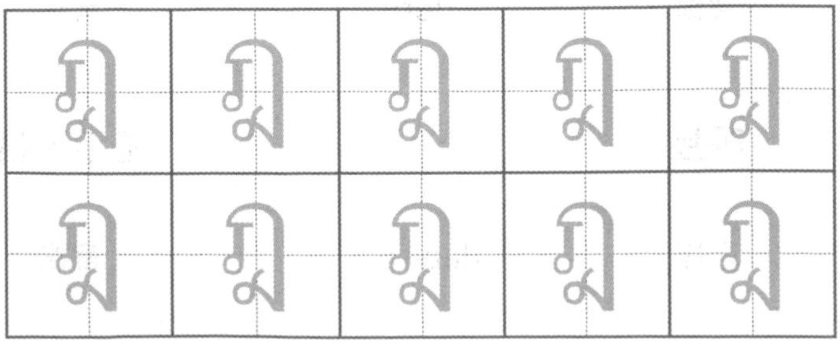

泰語的發音與筆順

泰語 簡介

語音 知識

子音

母音

聲調與拼讀 規則

前引字

特殊發音 與符號

最常用的 文法和句型

最常用的 分類單字

最口語的日常 短句會話

Step 3　讀單字，練習發音

頭冠	ชฎา
音標	chá-daa

訴狀	ฎีกา
音標	dee-gaa

Unit 03 中子音

TA01_05.MP3

ต [dt]

Step 1 跟泰語老師學發音

發音方法〉

清音。以舌尖頂住上齒齦，氣流受阻，然後阻礙解除發出此音。發音時先發出注音「ㄉ」的音，然後連著微微發出英文音標〔ɔ〕的音。

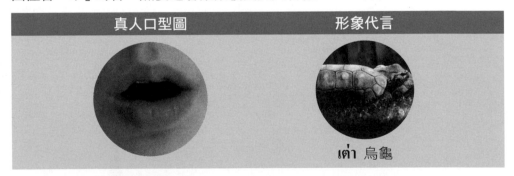

真人口型圖	形象代言
	 เต่า 烏龜

Step 2 看筆順圖片，動手寫一寫

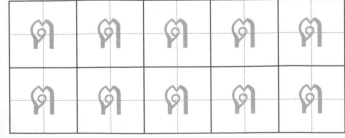

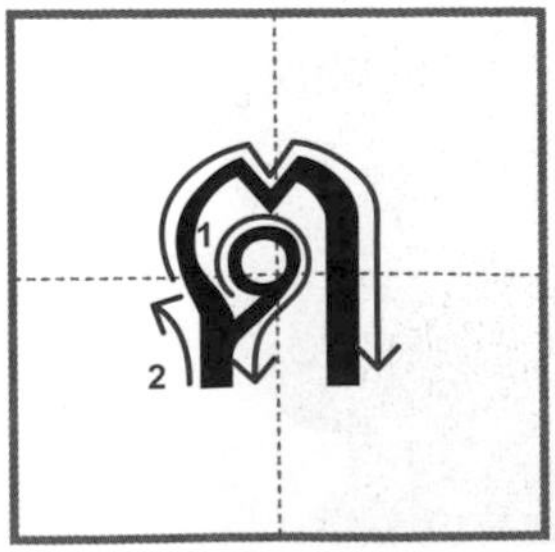

簡介泰語
知識語音
子音
母音
聲調與拼讀規則
前引字
特殊發音與符號
最常用的文法和句型
最常用的分類單字
最口語的日常短句會話

Step 3 讀單字，練習發音

爐子	เตา	烏龜	เต่า
音標	dtao	音標	dtào
眼睛；外祖父	ตา	段	ตอน
音標	dtaa	音標	dton
設立、成立	ตั้ง	樹墩	ตอ
音標	dtâng	音標	dtor
砍	ตัด	打、攻擊	ตี
音標	dtàt	音標	dtee
不同、各自	ต่าง	只；個	ตัว
音標	dtàang	音標	dtuua
搗碎	ตำ	死亡	ตาย
音標	dtam	音標	dtaai
票	ตั๋ว	肝	ตับ
音標	dtǔua	音標	dtàp

Unit

03 中子音

TA01_06.MP3

ฎ [dt]

Step 1 跟泰語老師學發音

發音方法〉

與 ต 的發音要點相同。清音。以舌尖頂住上齒齦，氣流受阻，然後阻礙解除發出此音。發音時先發出注音「ㄉ」的音，然後連著微微發出英文音標〔ɔ〕的音。

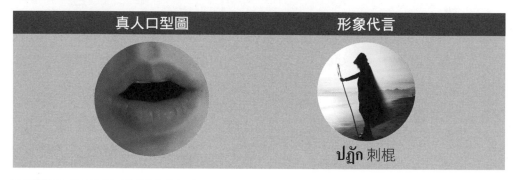

真人口型圖	形象代言
	ปฎัก 刺棍

Step 2 看筆順圖片，動手寫一寫

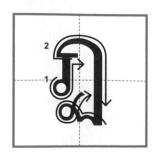

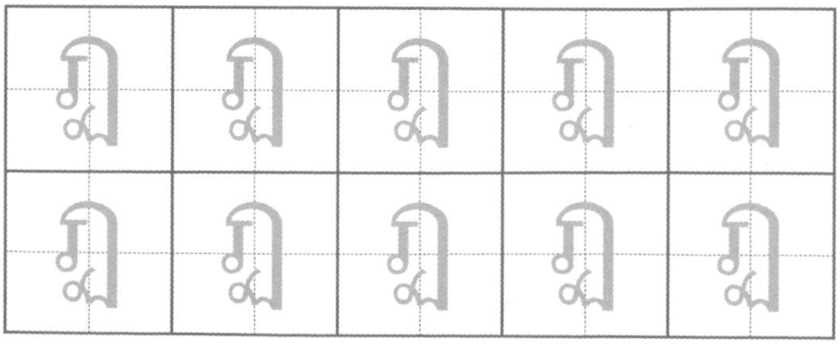

簡介　泰語

知識　語音

子音

母音

規則　聲調與拼讀

前引字

與符號　特殊發音

文法和句型　最常用的

分類單字　最常用的

短句會話　最口語的日常

Step 3　讀單字，練習發音

刺棍	ปฏัก
音標	bpà-dtàk

月曆	ปฏิทิน
音標	bpà-dtì-tin

拒絕	ปฏิเสธ
音標	bpà-dtì-sèt

January ① 21st, 2017

Sunday	Monday	Tuesday	Wednesday	Thursday	Friday	Saturday
1 元旦	2 元旦補假	3 初六	4 初七	5 小寒	6 初九	7 初十
8 十一	9 十二	10 十三	11 十四	12 十五	13 十六	14 十七
15 十八	16 十九	17 二十	18 廿一	19 廿二	20 大寒	21 廿四
22 廿五	23 廿六	24 廿七	25 廿八	26 廿九	27 除夕	28 春節
29 初二	30 初三	31 初四				

Unit

03 中子音

TA01_07.MP3

บ [b]

Step 1 跟泰語老師學發音

發音方法〉

這個音是濁音。將雙唇緊閉形成阻礙，氣流聚於鼻腔，先發注音「ㄅ」的音，然後連著微微發出英文音標〔ɔ〕的音。鼻音略重。

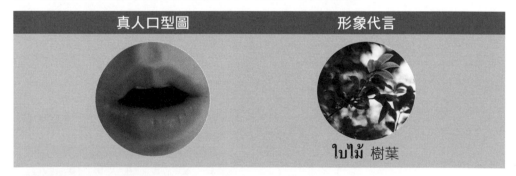

真人口型圖	形象代言
	 ใบไม้ 樹葉

Step 2 看筆順圖片，動手寫一寫

บ	บ	บ	บ	บ
บ	บ	บ	บ	บ

Step 3 讀單字，練習發音

簡介 泰語
知識 語音
子音
母音
規則 聲調與拼讀
前引字
與符號 特殊發音
文法和句型 最常用的
分類單字 最常用的
短句會話 最口語的日常

樹葉	ใบไม้
音標	bai mái

陸地	บก
音標	bòk

課文	บท
音標	bòt

上面	บน
音標	bon

荷花、蓮花	บัว
音標	buua

經常	บ่อย
音標	bòi

瘋瘋癲癲	บ้า
音標	bâa

樓梯	บันได
音標	ban-dai

飛	บิน
音標	bin

下午	บ่าย
音標	bàai

供奉、祭祀	บูชา
音標	boo-chaa

子女	บุตร
音標	bùt

父親	บิดา
音標	bì-daa

家	บ้าน
音標	bâan

Unit

03 中子音

TA01_08.MP3

ป [bp]

Step 1 跟泰語老師學發音

發音方法〉

將雙唇緊閉形成阻礙,發出注音「ㄅ」的音,然後連著微微發出英文音標〔ɔ〕的音。

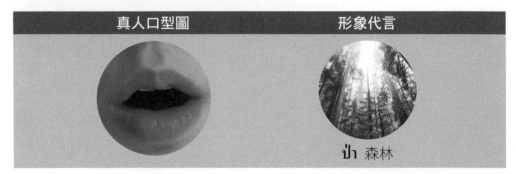

真人口型圖	形象代言
	ป่า 森林

Step 2 看筆順圖片,動手寫一寫

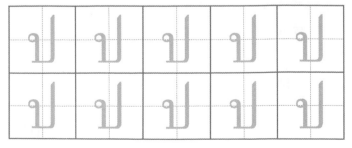

最常用的文法和句型
最常用的分類單字
最口語的日常短句會話

Step 3 讀單字，練習發音

中文	泰文	音標
森林	ป่า	bpàa
螃蟹	ปู	bpoo
嘴巴	ปาก	bpàak
去	ไป	bpai
靶子	เป้า	bpâo
粉	แป้ง	bpâeng
是；作	เป็น	bpen
鼓脹	โป่ง	bpòhng
按鈕	ปุ่ม	bpùm
鴨子	เป็ด	bpèt
翅膀	ปีก	bpèek
槍	ปืน	bpeun
爺爺	ปู่	bpòo
瘸	เป๋	bpăy

Unit

03 中子音

TA01_09.MP3

อ [o]

Step 1 跟泰語老師學發音

發音方法〉

嘴巴呈「ㄛ」型，嘴型比發注音的「ㄛ」更加大一點。

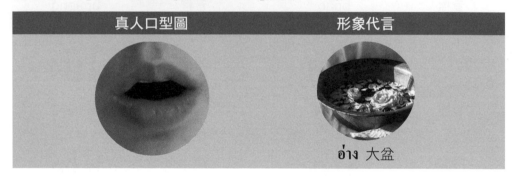

真人口型圖	形象代言
	อ่าง 大盆

Step 2 看筆順圖片，動手寫一寫

อ	อ	อ	อ	อ
อ	อ	อ	อ	อ

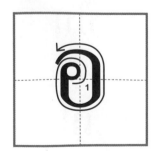

泰語的發音與筆順

簡介 泰語

知識 語音

子音

母音

規則 聲調與拼讀

前引字

與符號 特殊發音

文法和句型 最常用的

分類單字 最常用的

短句會話 最口語的日常

Step 3 讀單字，練習發音

叔叔；姑姑	อา
音標	aa

張開	อ้า
音標	âa

大盆	อ่าง
音標	àang

引用	อ้าง
音標	âang

什麼	อะไร
音標	à-rai

出；離開	ออก
音標	òk

嫩	อ่อน
音標	òn

個、件	อัน
音標	an

飽	อิ่ม
音標	ìm

讀	อ่าน
音標	àan

其他、別的	อื่น
音標	èun

還、又	อีก
音標	èek

磚	อิฐ
音標	ìt

不通風	อับ
音標	àp

Unit
04 高子音

TA01_10.MP3

ข [k]

Step 1 跟泰語老師學發音

發音方法〉

發音時，將舌後部抬起，頂住軟顎，發出注音「ㄎ」的音，然後連著微微發出英文音標〔ɔ〕的音。

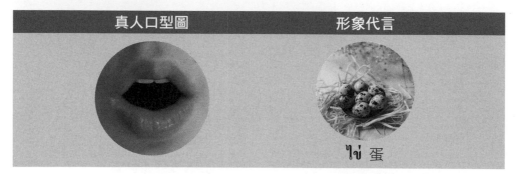

真人口型圖　　　　　　　　形象代言

ไข่ 蛋

Step 2 看筆順圖片，動手寫一寫

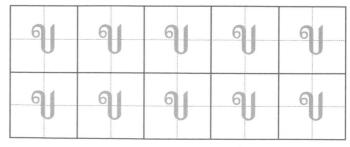

Step 3 讀單字，練習發音

蛋	ไข่
音標	kài
要、求	ขอ
音標	kŏr
新聞	ข่าว
音標	kàao
飯	ข้าว
音標	kâao
擰、轉動	ไข
音標	kăi
針	เข็ม
音標	kĕm
比賽	แข่ง
音標	kàeng

腿	ขา
音標	kăa
東西	ของ
音標	kŏng
邊	ขอบ
音標	kòp
關押	ขัง
音標	kăng
恐嚇	ขู่
音標	kòo
發燒	ไข้
音標	kâi
白	ขาว
音標	kăao

泰語簡介
語音知識
子音
母音
聲調與拼讀規則
前引字
特殊發音與符號
最常用的文法和句型
最常用的分類單字
最口語的日常短句會話

Unit 04 高子音

TA01_11.MP3

ฃ [k]

Step 1 跟泰語老師學發音

發音方法〉

與 ข 的發音要點相同。發音時，將舌後部抬起，頂住軟顎，發出注音「ㄎ」的音，然後連著微微發出英文音標〔ɔ〕的音。

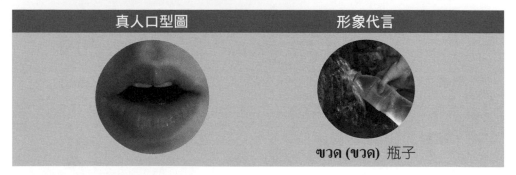

真人口型圖	形象代言
	ขวด (ขวด) 瓶子

Step 2 看筆順圖片，動手寫一寫

ฃ

ฃ	ฃ	ฃ	ฃ	ฃ
ฃ	ฃ	ฃ	ฃ	ฃ

編註 此字母現今已不使用。

編註 此字母現今已不使用。

Unit

04 高子音

TA01_12.MP3

ฉ [ch]

Step 1 跟泰語老師學發音

發音方法〉

發音時，將舌面抬起，頂住硬顎，先發注音「ㄔ」的音，然後連著微微發出英文音標〔ɔ〕的音。

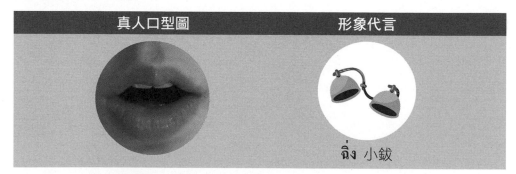

真人口型圖	形象代言
	 ฉิ่ง 小鈸

Step 2 看筆順圖片，動手寫一寫

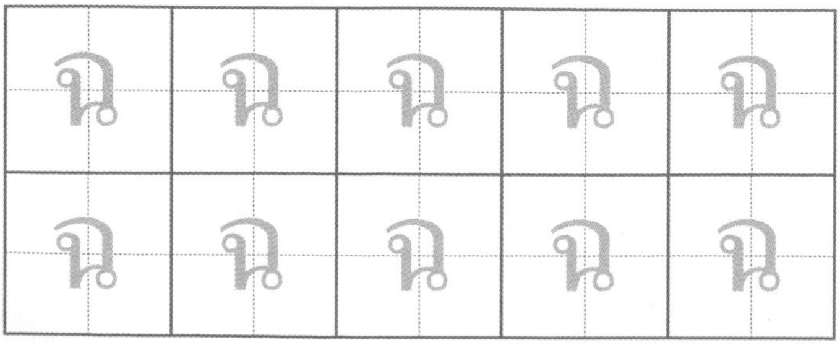

Step 3 讀單字，練習發音

我	ฉัน
音標	chăn

小鈸	ฉิ่ง
音標	chìng

場景	ฉาก
音標	chàak

尿	ฉี่
音標	chèe

撕、扯	ฉีก
音標	chèek

放映	ฉาย
音標	chăai

多汁	ฉ่ำ
音標	chàm

面貌、相貌	โฉม
音標	chŏhm

斜、傾	เฉียง
音標	chĭiang

濃烈、濃郁	ฉุน
音標	chŭn

拉	ฉุด
音標	chùt

溼漉漉	แฉะ
音標	chàe

枯萎	เฉา
音標	chăo

簡介 泰語
知識 語音
子音
母音
規則 聲調與拼讀
前引字
與符號 特殊發音
文法和句型 最常用的
分類單字 最常用的
短句會話 最口語的日常

Unit

04 高子音

TA01_13.MP3

ถ [t]

Step 1 跟泰語老師學發音

發音方法〉

發音時，將舌尖抵住上齒齦，氣流從舌尖和上齒齦沖出，發注音「ㄊ」的音，然後連著微微發出英文音標〔ɔ〕的音。

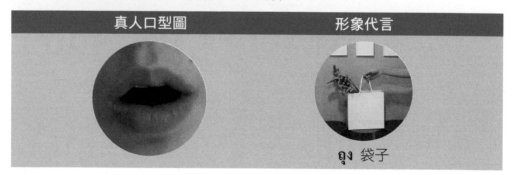

真人口型圖	形象代言
	ถุง 袋子

Step 2 看筆順圖片，動手寫一寫

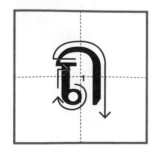

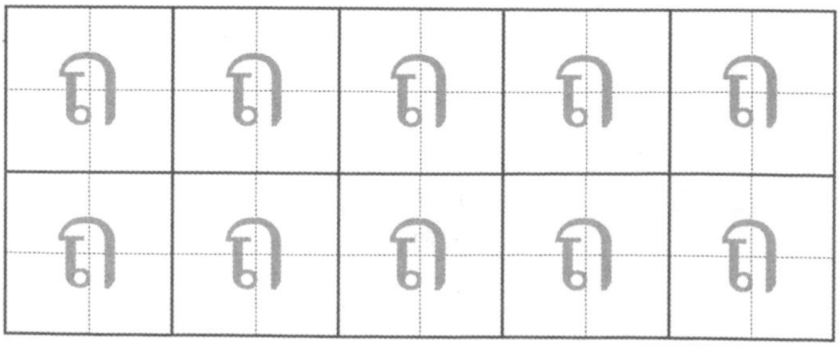

泰語的發音與筆順

簡介　泰語

知識　語音

子音

母音

聲調與拼讀　規則

前引字

與符號　特殊發音

文法和句型　最常用的

分類單字　最常用的

短句會話　最口語的日常

地方	ถิ่น	山洞	ถ้ำ
音標	tìn	音標	tâm

問	ถาม	拍攝	ถ่าย
音標	tăam	音標	tàai

炭	ถ่าน	如果	ถ้า
音標	tàan	音標	tâa

到	ถึง	周密；細緻	ถี่
音標	tĕung	音標	tèe

爭辯；辯駁	เถียง	正確；便宜	ถูก
音標	tĭiang	音標	tòok

隊；列	แถว	附送；贈送	แถม
音標	tăew	音標	tăem

灰燼	เถ้า	拿；計較	ถือ
音標	tâo	音標	tĕu

Unit
04 高子音

TA01_14.MP3

ฐ [t]

Step 1 跟泰語老師學發音

發音方法〉

與 ถ 的發音要點相同。發音時，將舌尖抵住上齒齦，氣流從舌尖和上齒齦沖出，發注音「ㄊ」的音，然後連著微微發出英文音標〔ɔ〕的音。

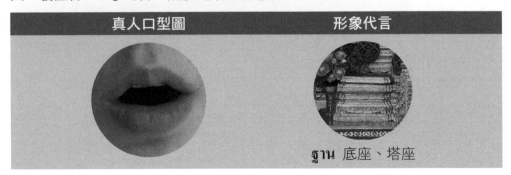

真人口型圖	形象代言
	 ฐาน 底座、塔座

Step 2 看筆順圖片，動手寫一寫

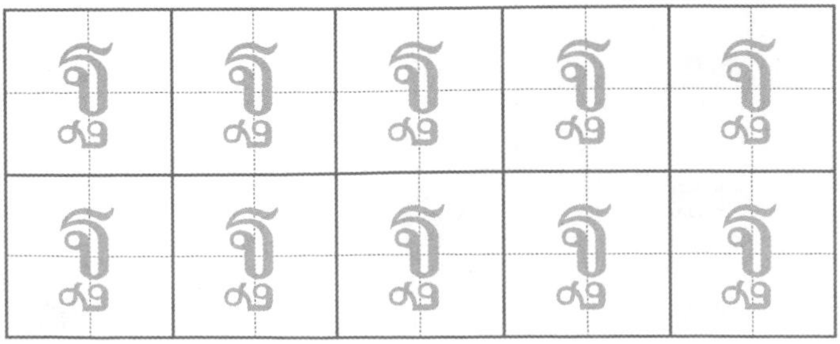

泰語的發音與筆順

泰語 簡介

語音 知識

子音

母音

聲調與拼讀 規則

前引字

特殊發音 與符號

文法和句型 最常用的

分類單字 最常用的

最口語的日常 短句會話

Step 3 讀單字，練習發音

底座、塔座	ฐาน
音標	tăan

地位	ฐานะ
音標	tăa-ná

軍事基地	ฐานทัพ
音標	tăan táp

Unit

04 高子音

TA01_15.MP3

ผ [p]

Step 1 跟泰語老師學發音

發音方法〉

發音時，先將雙唇緊閉，氣流從雙唇中衝出，發出注音「ㄆ」的音，然後連著微微發出英文音標〔ɔ〕的音。

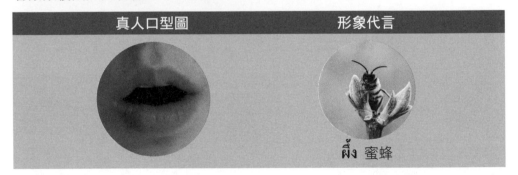

真人口型圖	形象代言
	ผึ้ง 蜜蜂

Step 2 看筆順圖片，動手寫一寫

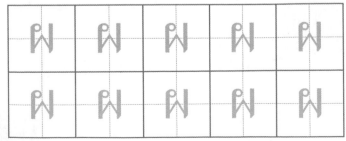

泰語的發音與筆順

泰語 簡介

語音 知識

子音

母音

聲調與拼讀 規則

前引字

特殊發音 與符號

最常用的 文法和句型

最常用的 分類單字

最口語的日常 短句會話

Step 3 讀單字，練習發音

粉末	ผง
音標	pǒng

放鬆	ผ่อน
音標	pòn

瘦	ผอม
音標	pǒm

炒	ผัด
音標	pàt

通過	ผ่าน
音標	pàan

菜	ผัก
音標	pàk

錯誤	ผิด
音標	pìt

布	ผ้า
音標	pâa

燒	เผา
音標	pǎo

鬼	ผี
音標	pěe

方案	แผน
音標	pǎen

預備	เผื่อ
音標	pèuua

腐朽	ผุ
音標	pù

皮膚	ผิว
音標	pǐw

Unit 04 高子音

TA01_16.MP3

ฝ [f]

Step 1 跟泰語老師學發音

發音方法〉

發音時，將下唇向內收，輕觸上齒，發出注音「ㄈ」的音，然後連著微微發出英文音標〔ɔ〕的音。

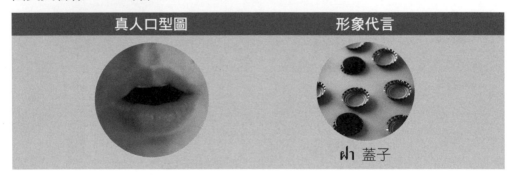

真人口型圖	形象代言
	 ฝา 蓋子

Step 2 看筆順圖片，動手寫一寫

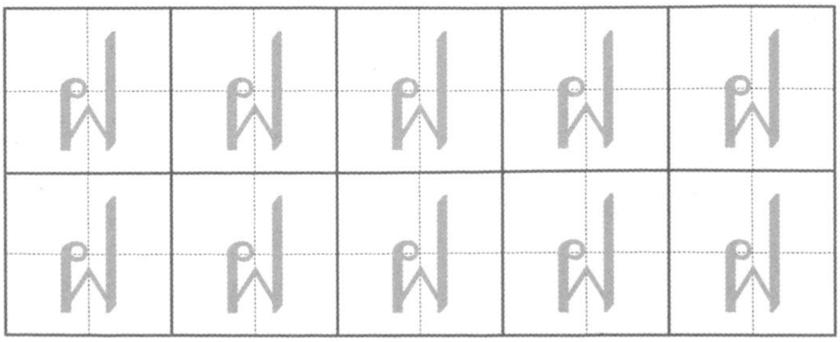

子音
母音
聲調與拼讀規則
前引字
特殊發音與符號
最常用的文法和句型
最常用的分類單字
最口語的日常短句會話

Step 3 讀單字，練習發音

蓋子	ฝา	雨	ฝน
音標	fǎa	音標	fǒn
細絲	ฝอย	埋	ฝัง
音標	fǒi	音標	fǎng
委託	ฝาก	冒著、頂著	ฝ่า
音標	fàak	音標	fàa
派系	ฝ่าย	夢想	ฝัน
音標	fàai	音標	fǎn
暗藏	แฝง	膿瘍	ฝี
音標	fǎeng	音標	fěe
群、隊	ฝูง	灰塵	ฝุ่น
音標	fǒong	音標	fùn
練習	ฝึก	棉花	ฝ้าย
音標	fèuk	音標	fâai

Unit

04 高子音

TA01_17.MP3

ส [s]

Step 1 跟泰語老師學發音

發音方法〉

發音時，將舌尖抬起，靠近上齒齦，氣流從舌尖和齒齦間摩擦而出。發注音「ㄙ」的音，然後連著微微發出〔ɔ〕的音。

真人口型圖	形象代言
	 เสือ 老虎

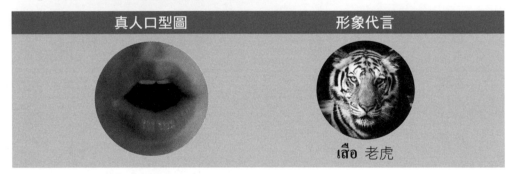

Step 2 看筆順圖片，動手寫一寫

ส	ส	ส	ส	ส
ส	ส	ส	ส	ส

Step 3 讀單字，練習發音

送；寄出、投	ส่ง
音標	sòng

新鮮	สด
音標	sòt

關注	สนใจ
音標	sŏn jai

老虎	เสือ
音標	sĕuua

教	สอน
音標	sŏn

腳跟	ส้น
音標	sôn

考	สอบ
音標	sòp

橘子	ส้ม
音標	sôm

理性、理智	สติ
音標	sà-dtì

紋身；大約	สัก
音標	sàk

短、簡短	สั้น
音標	sân

最	สุด
音標	sùt

命令	สั่ง
音標	sàng

遲、晚	สาย
音標	săai

泰語的發音與筆順
泰語簡介
語音知識
子音
母音
聲調與拼讀規則
前引字
特殊發音與符號
最常用的文法和句型
最常用的分類單字
最口語的日常短句會話

Unit
04 高子音

TA01_18.MP3

ศ [s]

Step 1 跟泰語老師學發音

發音方法〉

與 ส 的發音要點相同。發音時，將舌尖抬起，靠近上齒齦，氣流從舌尖和齒齦間摩擦而出。發注音「ㄙ」的音，然後連著微微發出〔ɔ〕的音。

真人口型圖	形象代言
	 ศาลา 亭子

Step 2 看筆順圖片，動手寫一寫

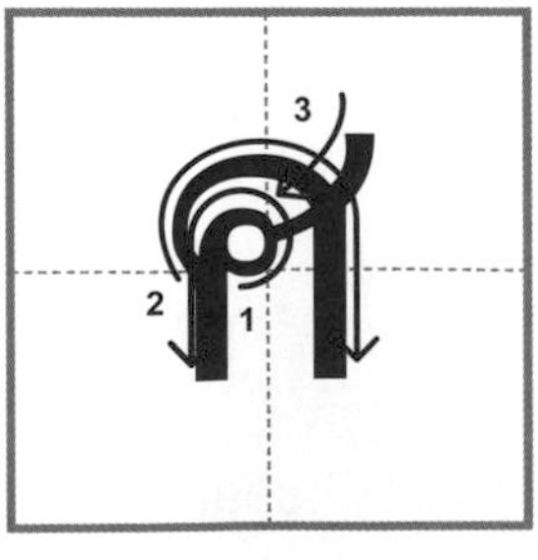

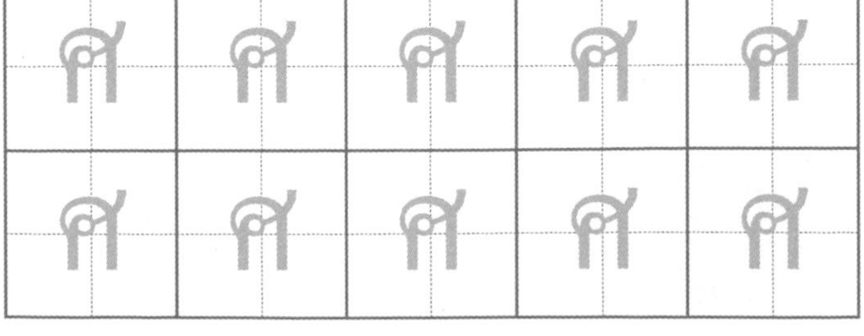

泰語的發音與筆順

簡介 泰語

知識 語音

子音

母音

聲調與拼讀 規則

前引字

特殊發音 與符號

文法和句型 最常用的

分類單字 最常用的

短句會話 最口語的日常

讀單字，練習發音

亭子	ศาลา
音標	sǎa-laa

教育；學習、研究	ศึกษา
音標	sèuk-sǎa

肘	ศอก
音標	sòk

法庭	ศาล
音標	sǎan

詞彙	ศัพท์
音標	sàp

箭頭	ศร
音標	sǒn

學科	ศาสตร์
音標	sàat

屍體	ศพ
音標	sòp

剩餘	เศษ
音標	sèt

星期五	ศุกร์
音標	sùk

敵人	ศัตรู
音標	sàt-dtroo

頭、首	เศียร
音標	sǐian

中心；零	ศูนย์
音標	sǒon

學生、弟子	ศิษย์
音標	sìt

Unit
04 高子音

TA01_19.MP3

ษ [s]

Step 1 跟泰語老師學發音

發音方法〉

發音時，將舌尖抬起，靠近上齒齦，氣流從舌尖和齒齦間摩擦而出。發注音「ㄙ」的音，然後連著微微發出〔ㄜ〕的音。

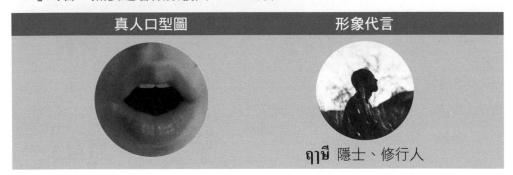

真人口型圖	形象代言
	 ฤๅษี 隱士、修行人

Step 2 看筆順圖片，動手寫一寫

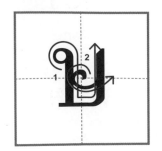

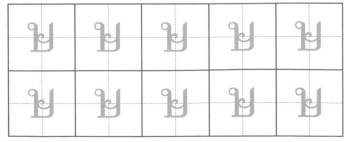

Step 3 讀單字，練習發音

隱士、修行人	ฤาษี
音標	reu-sěe

簡介 泰語

知識 語音

子音

母音

聲調與拼讀 規則

前引字

特殊發音 與符號

文法和句型 最常用的

分類單字 最常用的

最口語的日常 短句會話

Unit 04 高子音

TA01_20.MP3

ห [h]

Step 1 跟泰語老師學發音

發音方法〉

發音時，將嘴張開，舌身往後移，發出注音「ㄏ」的音，然後連著微微發出英文音標〔ɔ〕的音。

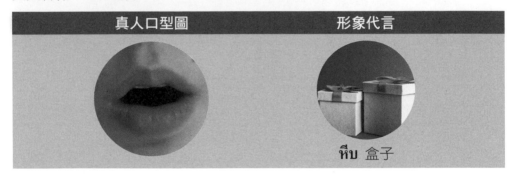

真人口型圖	形象代言
	หีบ 盒子

Step 2 看筆順圖片，動手寫一寫

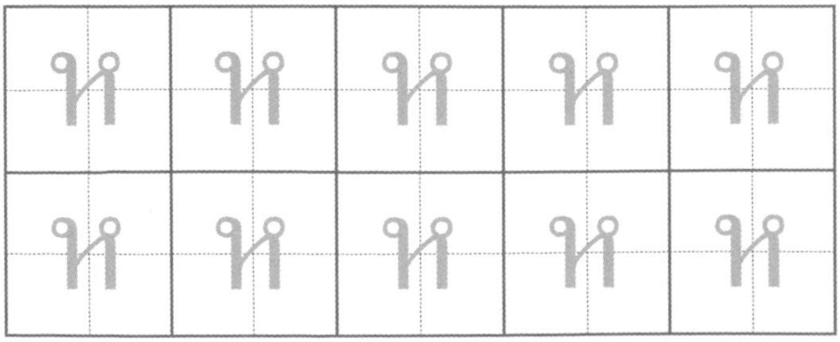

泰語的發音與筆順

簡介 泰語
知識 語音
子音
母音
聲調與拼讀
規則
前引字
與符號 特殊發音
文法和句型 最常用的
分類單字 最常用的
短句會話 最口語的日常

Step 3　讀單字，練習發音

六	หก		次、回	หน
音標	hòk		音標	hǒn

找	หา		盒子	หีบ
音標	hǎa		音標	hèep

房間	ห้อง		鳳凰；天鵝	หงส์
音標	hông		音標	hǒng

香、芬芳	หอม		館、樓	หอ
音標	hǒm		音標	hǒr

石頭	หิน		折斷	หัก
音標	hǐn		音標	hàk

耳朵	หู		餓	หิว
音標	hǒo		音標	hǐw

頭部、腦袋	หัว		貝類	หอย
音標	hǔua		音標	hǒi

Unit

05 低子音

TA01_21.MP3

ค [k]

Step 1 跟泰語老師學發音

發音方法〉

發音時，將舌後部抬起，頂住軟顎，發出注音「ㄎ」的音，然後繼續微微發出英文音標〔ɔ〕的音。

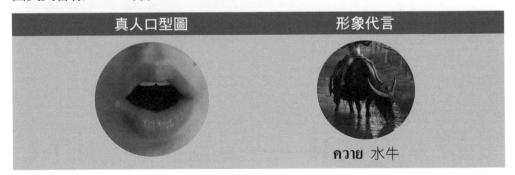

真人口型圖	形象代言
	 ควาย 水牛

Step 2 看筆順圖片，動手寫一寫

Step 3　讀單字，練習發音

價值	ค่า
音標	kâa

脖子	คอ
音標	kor

單字	คำ
音標	kam

人	คน
音標	kon

僅、只	แค่
音標	kâe

是	คือ
音標	keu

（動物）黃牛	โค
音標	koh

雙、對	คู่
音標	kôo

貿易、買賣	ค้า
音標	káa

可能；也許	คง
音標	kong

下巴	คาง
音標	kaang

緊	คับ
音標	káp

化學	เคมี
音標	kay-mee

敲	เคาะ
音標	kór

泰語的發音與筆順

泰語簡介

語音知識

子音

母音

聲調與拼讀規則

前引字

特殊發音與符號

最常用的文法和句型

最常用的分類單字

最口語的日常短句會話

TA01_22.MP3

ฆ [d]

跟泰語老師學發音

發音方法〉

與 ค 的發音要點相同。發音時,將舌後部抬起,頂住軟顎,發出注音「ㄎ」的音,然後繼續微微發出英文音標〔ɔ〕的音。

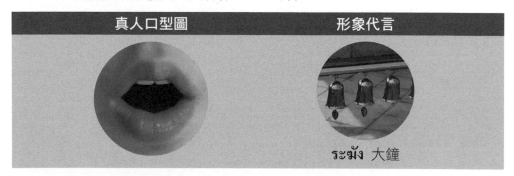

真人口型圖　　　　　　形象代言

ระฆัง 大鐘

Step
2 看筆順圖片,動手寫一寫

ฆ	ฆ	ฆ	ฆ	ฆ
ฆ	ฆ	ฆ	ฆ	ฆ

泰語的發音與筆順

簡介 泰語

知識 語音

子音

母音

聲調與拼讀 規則

前引字

特殊發音 與符號

文法和句型 最常用的

分類單字 最常用的

最口語的日常 短句會話

Step 3　讀單字，練習發音

鑼	**ฆ้อง**	殺	**ฆ่า**
音標	kóng	音標	kâa

兇手	**ฆาตกร**	鞭打	**เฆี่ยน**
音標	kâat-dtà-gon	音標	kîian

Unit

05 低子音

TA01_23.MP3

ฅ [k]

Step 1 跟泰語老師學發音

發音方法〉

發音時，將舌後部抬起，頂住軟顎，發出注音「ㄎ」的音，然後繼續微微發出英文音標〔ɔ〕的音。

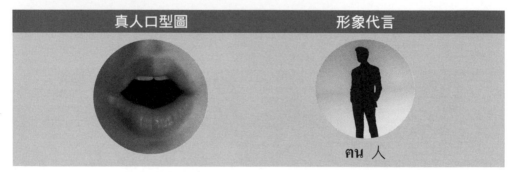

真人口型圖	形象代言
	ฅน 人

Step 2 看筆順圖片，動手寫一寫

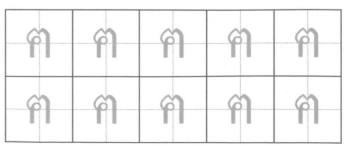

ฅ

編註 此字母現今已不使用。

編註 此字母現今已不使用。

Unit 05 低子音

TA01_24.MP3

ช [ch]

Step 1 跟泰語老師學發音

發音方法〉

發音時，將舌面抬起，頂住硬顎，發出注音「ㄘ」的音，然後連著微微發出英文音標〔ɔ〕的音。

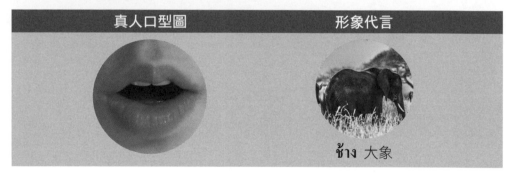

真人口型圖	形象代言
	 ช้าง 大象

Step 2 看筆順圖片，動手寫一寫

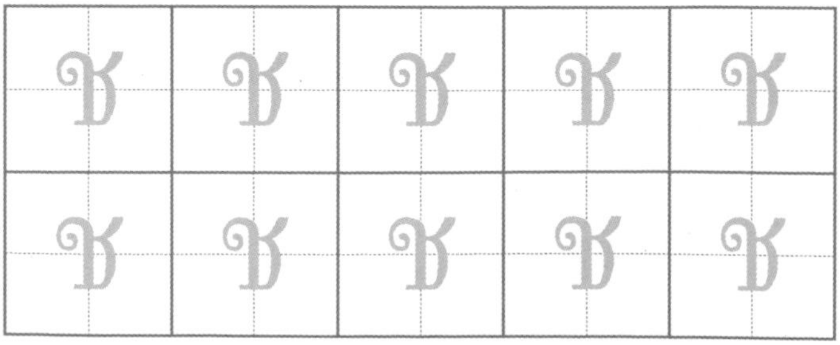

Step 3 讀單字，練習發音

茶	ชา
音標	chaa
慢	ช้า
音標	cháa
大象	ช้าง
音標	cháang
名字；叫作	ชื่อ
音標	chêu
稱讚	ชม
音標	chom
男	ชาย
音標	chaai
習慣	ชิน
音標	chin
出身；種族	ชาติ
音標	châat
套	ชุด
音標	chút
品嚐	ชิม
音標	chim
請、邀請	เชิญ
音標	chern
抬；伸	ชู
音標	choo
指	ชี้
音標	chée
件	ชิ้น
音標	chín

泰語的發音與筆順
子音
母音
聲調與拼讀規則
前引字
特殊發音與符號
最常用的文法和句型
最常用的分類單字
最口語的日常短句會話

Unit 05 低子音

TA01_25.MP3

ฌ [ch]

Step 1 跟泰語老師學發音

發音方法〉

與 ช 的發音要點相同。發音時，將舌面抬起，頂住硬顎，發出注音「ㄘ」的音，然後連著微微發出英文音標〔ɔ〕的音。

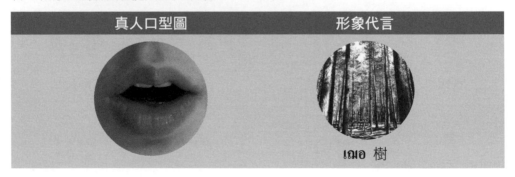

真人口型圖	形象代言
	 เฌอ 樹

Step 2 看筆順圖片，動手寫一寫

ฌ

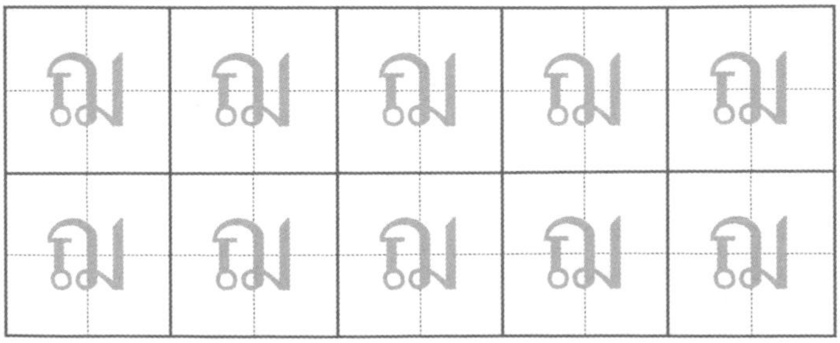

ฌ ฌ ฌ ฌ ฌ
ฌ ฌ ฌ ฌ ฌ

簡介 泰語

知識 語音

子音

母音

規則 聲調與拼讀

前引字

與符號 特殊發音

文法和句型 最常用的

分類單字 最常用的

短句會話 最口語的日常

Step 3 讀單字，練習發音

禪	ฌาน
音標	chaan

樹	เฌอ
音標	cher

殯葬、火葬	ฌาปนกิจ
音標	chaa-bpà-ná-gìt

殯儀館；火葬場	ฌาปนกิจสถาน
音標	chaa-bpà-ná-gìt sà-tăan

TA01_26.MP3

ท [t]

Step 1 跟泰語老師學發音

發音方法〉

發音時，舌尖抵住上齒齦，氣流從舌尖和上齒齦衝出，發注音符號「ㄊ」的音，然後連著微微發出英文音標〔ɔ〕的音。

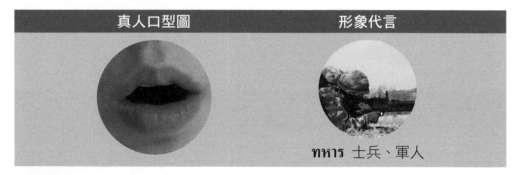

真人口型圖	形象代言
	ทหาร 士兵、軍人

Step 2 看筆順圖片，動手寫一寫

ท	ท	ท	ท	ท
ท	ท	ท	ท	ท

編織	ทอ
音標	tor

管道	ท่อ
音標	tôr

桃子；灰心	ท้อ
音標	tór

背誦	ท่อง
音標	tông

肚子、腹部	ท้อง
音標	tóng

士兵、軍人	ทหาร
音標	tá-hǎan

炸	ทอด
音標	tôt

黃金	ทอง
音標	tong

立刻、馬上	ทันที
音標	tan tee

打招呼	ทัก
音標	ták

旅遊	ท่องเที่ยว
音標	tông tîieow

全、整；儘管	ทั้ง
音標	táng

趕上、及時	ทัน
音標	tan

找零錢	ทอน
音標	ton

Unit 05 低子音

TA01_27.MP3

ฒ [t]

Step 1 跟泰語老師學發音

發音方法〉

與 ฑ 的發音要點相同。發音時，舌尖抵住上齒齦，氣流從舌尖和上齒齦衝出，發注音符號「ㄊ」的音，然後連著微微發出英文音標〔ɔ〕的音。

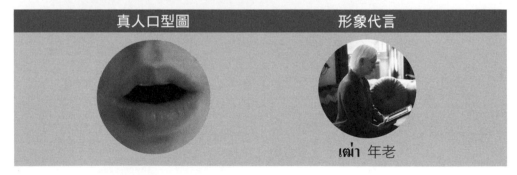

真人口型圖	形象代言
	 เฒ่า 年老

Step 2 看筆順圖片，動手寫一寫

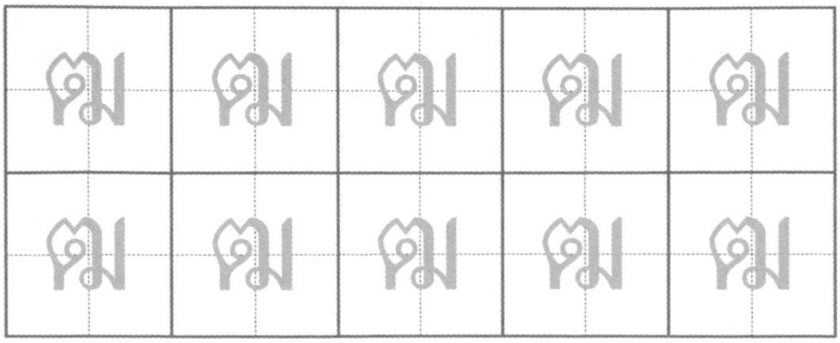

子音
母音
聲調與拼讀規則
前引字
特殊發音與符號
最常用的文法和句型
最常用的分類單字
最口語的日常短句會話

Step 3 讀單字，練習發音

年老	เฒ่า
音標	tâo

老年人	ผู้เฒ่า
音標	pôo tâo

老翁	พ่อเฒ่า
音標	pôr tâo

老婦	แม่เฒ่า
音標	mâe tâo

Unit

05 低子音

TA01_28.MP3

ธ [t]

Step 1 跟泰語老師學發音

發音方法〉

與 ท 的發音要點相同。發音時，舌尖抵住上齒齦，氣流從舌尖和上齒齦衝出，發注音符號「ㄊ」的音，然後連著微微發出英文音標〔ɔ〕的音。

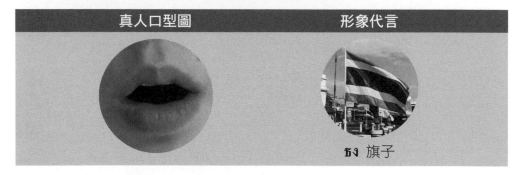

真人口型圖	形象代言
	 ธง 旗子

Step 2 看筆順圖片，動手寫一寫

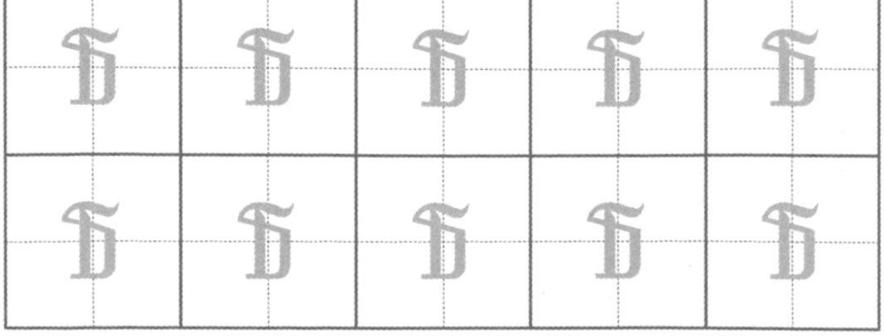

泰語 簡介
語音 知識
子音
母音
聲調與拼讀 規則
前引字
特殊發音 與符號
最常用的 文法和句型
最常用的 分類單字
最口語的日常 短句會話

Step 3 讀單字，練習發音

旗	ธง
音標	tong

事情	ธุระ
音標	tú-rá

你；她	เธอ
音標	ter

哎呀；天啊	โธ่
音標	tôh

小溪	ธาร
音標	taan

十二月	ธันวาคม
音標	tan-waa kom

小溪	ธารา
音標	taa-raa

物質；元素	ธาตุ
音標	tâat

銀行	ธนาคาร
音標	tá-naa-kaan

商務；商業	ธุรกิจ
音標	tú-rá gìt

土地	ธรณี
音標	tor-rá-nee

弓箭	ธนู
音標	tá-noo

香	ธูป
音標	tôop

女兒	ธิดา
音標	tí-daa

Unit
05 低子音

TA01_29.MP3

ฑ [t]

Step 1 跟泰語老師學發音

發音方法〉

與 ท 的發音要點相同。發音時，舌尖抵住上齒齦，氣流從舌尖和上齒齦衝出，發注音符號「ㄊ」的音，然後連著微微發出英文音標〔ɔ〕的音。

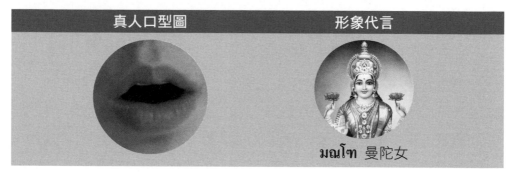

真人口型圖	形象代言
	 มณโฑ 曼陀女

Step 2 看筆順圖片，動手寫一寫

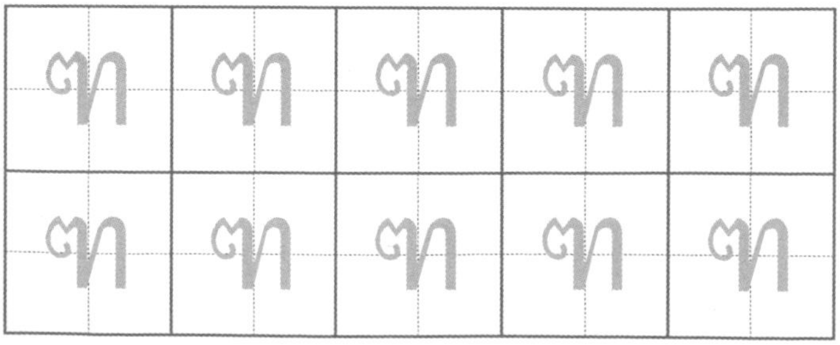

Step 3 讀單字，練習發音

曼陀女	มณโฑ
音標	mon-toh

子音
母音
最常用的文法和句型
最常用的分類單字
最口語的日常短句會話

Unit 05 低子音

TA01_30.MP3

พ [p]

Step 1 跟泰語老師學發音

發音方法〉

發音時，雙唇緊閉，氣流從雙唇中衝出，發注音「ㄆ」的音，然後連著微微發出英文音標〔ɔ〕的音。

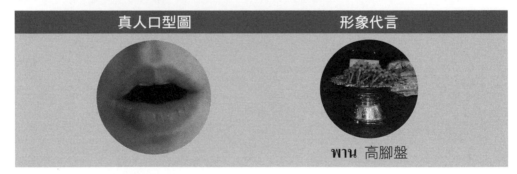

真人口型圖	形象代言
	 พาน 高腳盤

Step 2 看筆順圖片，動手寫一寫

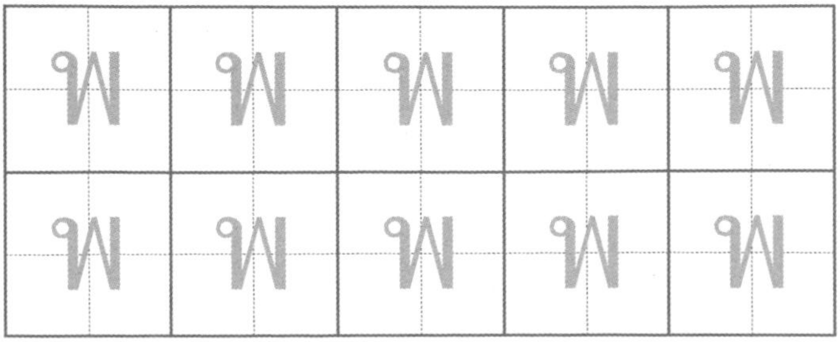

最常用的文法和句型
最常用的分類單字
最口語的日常短句會話

Step 3 讀單字，練習發音

中文	泰文	音標
足夠、充足	พอ	por
休息、歇息	พัก	pák
千	พัน	pan
帶、領	พา	paa
模板；列印、印刷	พิมพ์	pim
水星；星期三	พุธ	pút
儀式、典禮	พิธี	pí-tee
爸爸	พ่อ	pôr
高腳盤	พาน	paan
滿意	พอใจ	por jai
扇、扇子	พัด	pát
說	พูด	pôot
哥哥；姊姊	พี่	pêe
失敗	แพ้	páe

Unit 05 低子音

TA01_31.MP3

ภ [p]

Step 1 跟泰語老師學發音

發音方法〉

發音時，雙唇緊閉，氣流從雙唇中衝出，發注音「ㄆ」的音，然後連著微微發出英文音標〔ɔ〕的音。

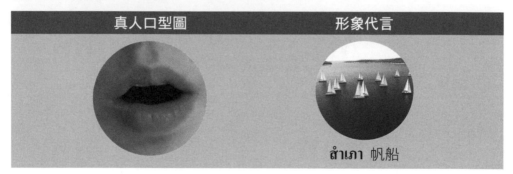

真人口型圖	形象代言
	 สำเภา 帆船

Step 2 看筆順圖片，動手寫一寫

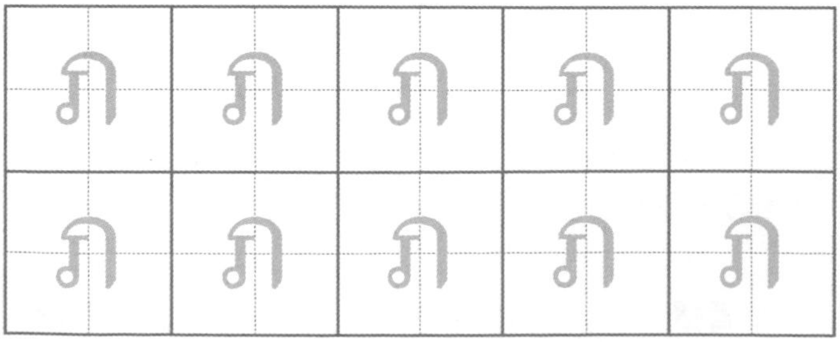

泰語的發音與筆順

簡介 泰語

知識 語音

子音

母音

規則 聲調與拼讀

前引字

與符號 特殊發音

文法和句型 最常用的

分類單字 最常用的

短句會話 最口語的日常

Step 3　讀單字，練習發音

世界；大地	ภพ
音標	póp

妻子	ภรรยา
音標	pan-rá-yaa

災難	ภัย
音標	pai

部分	ภาค
音標	pâak

圖、圖畫	ภาพ
音標	pâap

成員、參與者	ภาคี
音標	paa-kee

（表示方位或時間範圍）方位詞	ภาย
音標	paai

土地	ภูมิ
音標	poom

稅、稅收	ภาษี
音標	paa-sěe

狀態、情況	ภาวะ
音標	paa-wá

鬼怪	ภูตผี
音標	pôot pěe

山	ภูเขา
音標	poo kǎo

語言	ภาษา
音標	paa-sǎa

負擔、責任、任務	ภาระ
音標	paa-rá

Unit
05 低子音

TA01_32.MP3

ฟ [f]

Step 1 跟泰語老師學發音

發音方法〉

發音時，下唇向內收，輕輕觸碰上排牙齒，發中文注音「ㄈ」的音，然後連著微微發出英文音標〔ɔ〕的音。

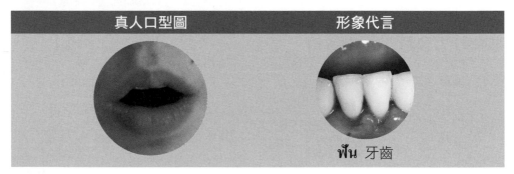

真人口型圖	形象代言
	 ฟัน 牙齒

Step 2 看筆順圖片，動手寫一寫

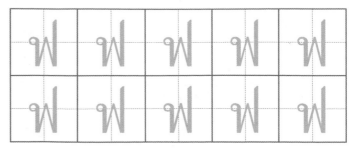

子音
母音
最常用的文法和句型
最常用的分類單字
最口語的日常短句會話

Step 3 讀單字，練習發音

中文	泰文	音標
聽	ฟัง	fang
牙齒	ฟัน	fan
天空	ฟ้า	fáa
火；電	ไฟ	fai
柴	ฟืน	feun
瓜	ฟัก	fák
恢復知覺	ฟื้น	féun
稻草	ฟาง	faang
捆；束	ฟ่อน	fôn
男、女朋友；情人	แฟน	faen
漂白	ฟอก	fôk
跳舞；舞蹈	ฟ้อน	fón
（蛋類量詞）個、顆	ฟอง	fong
膨脹	ฟู	foo

Unit 05 低子音

TA01_33.MP3

ซ [s]

Step 1 跟泰語老師學發音

發音方法〉

發音時，舌端抬起，靠近上齒齦，氣流從舌端和齒齦間摩擦而出。發中文注音「ㄙ」音，然後連著微微發出英文音標〔ɔ〕的音。

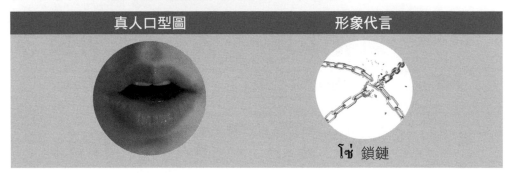

真人口型圖	形象代言
	 โซ่ 鎖鏈

Step 2 看筆順圖片，動手寫一寫

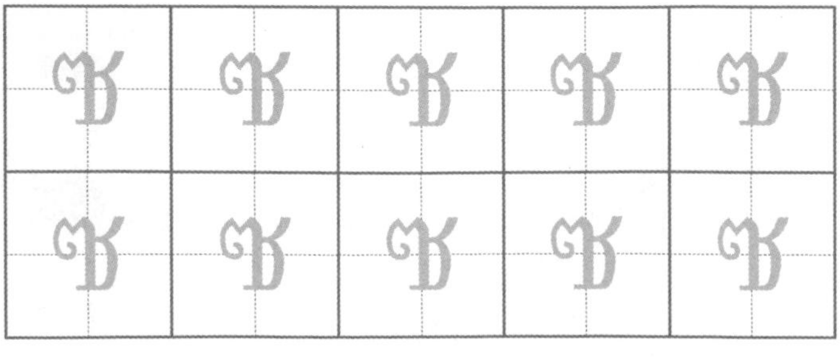

泰語的發音與筆順

簡介 泰語

知識 語音

子音

母音

聲調與拼讀 規則

前引字

特殊發音 與符號

文法和句型 最常用的

分類單字 最常用的

短句會話 最口語的日常

讀單字，練習發音

調皮	ซน
音標	son

修理	ซ่อม
音標	sôm

巷子	ซอย
音標	soi

鎖鏈	โซ่
音標	sôh

（臉色）蒼白	ซีด
音標	sêet

左	ซ้าย
音標	sáai

老實	ซื่อ
音標	sêu

重複	ซ้ำ
音標	sám

祭祀	เซ่น
音標	sên

湯	ซุป
音標	súp

蘇打	โซดา
音標	soh-daa

姓	แซ่
音標	sâe

簽字、簽署	เซ็น
音標	sen

買	ซื้อ
音標	séu

Unit

05 低子音

TA01_34.MP3

ฮ [h]

Step 1 跟泰語老師學發音

發音方法〉

發音時，嘴巴張開，舌身後移，發注音符號「ㄏ」的音，然後連著微微發出英文音標的〔ɔ〕音。

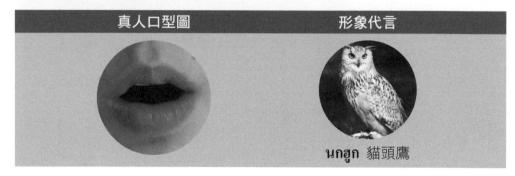

真人口型圖	形象代言
	นกฮูก 貓頭鷹

Step 2 看筆順圖片，動手寫一寫

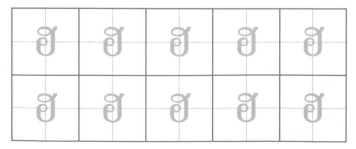

泰語的發音與筆順

泰語 簡介

語音 知識

子音

母音

聲調與拼讀 規則

前引字

特殊發音 與符號

文法和句型 最常用的

分類單字 最常用的

最口語的日常 短句會話

讀單字，練習發音

放聲大笑	ฮา
音標	haa

流行、熱門	ฮิต
音標	hít

嘻嘻哈哈	เฮฮา
音標	hay haa

貓頭鷹	นกฮูก
音標	nók hôok

風水	ฮวงจุ้ย
音標	huuang-jûi

嚎啕大哭	โฮ
音標	hoh

激素	ฮอร์โมน
音標	hor-mohn

大吼大叫	โฮกฮาก
音標	hôhk-hâak

翻臉、怒氣沖沖	ฮึดฮัด
音標	héut-hát

高昂、高漲	ฮึกเหิม
音標	héuk hěrm

表示警告或阻止	เฮ้ย
音標	hóiie

叼住；吞併	ฮุบ
音標	húp

不滿、惱怒	ฮึกฮัก
音標	héuk hák

驍勇	ฮึกหาญ
音標	héuk hǎan

Unit 05 低子音

TA01_35.MP3

ง [e]

Step 1 跟泰語老師學發音

發音方法〉

這個音是喉塞音。在中文裡沒有相對應的發音。發音時，將舌後部抬起，貼緊軟顎，氣流從鼻腔中洩出，然後連著微微發出英文音標〔ɔ〕的音。

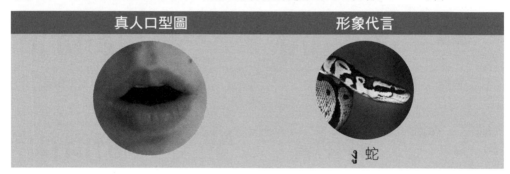

真人口型圖	形象代言
	 งู 蛇

Step 2 看筆順圖片，動手寫一寫

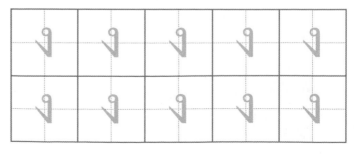

Step 3 讀單字，練習發音

茫然；傻往	งง
音標	ngong

停止	งด
音標	ngót

芝麻；象牙	งา
音標	ngaa

蛇	งู
音標	ngoo

象鼻	งวง
音標	nguuang

美麗、美好	งาม
音標	ngaam

睏倦	ง่วง
音標	ngûuang

錢	เงิน
音標	ngern

容易、簡單	ง่าย
音標	ngâai

紅毛丹	เงาะ
音標	ngór

影子	เงา
音標	ngao

戲曲	งิ้ว
音標	ngíw

工作	งาน
音標	ngaan

彎曲	งอ
音標	ngor

泰語簡介
語音知識
子音
母音
聲調與拼讀規則
前引字
特殊發音與符號
最常用的文法和句型
最常用的分類單字
最口語的日常短句會話

05 低子音

TA01_36.MP3

ย [y]

Step 1 跟泰語老師學發音

發音方法〉

發音時，舌面向硬顎抬起，氣流由舌面和硬顎間摩擦而出。發注音符號
「一」的音，然後連著微微發出英文音標的〔ɔ〕音。

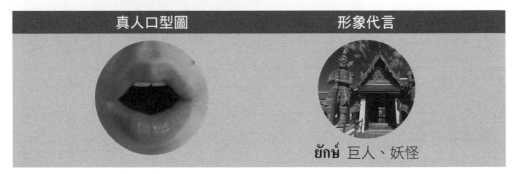

真人口型圖	形象代言
	ยักษ์ 巨人、妖怪

Step 2 看筆順圖片，動手寫一寫

ย	ย	ย	ย	ย
ย	ย	ย	ย	ย

泰語的發音與筆順

簡介 泰語

知識 語音

子音

母音

規則 聲調與拼讀

前引字

與符號 特殊發音

文法和句型 最常用的

分類單字 最常用的

短句會話 最口語的日常

Step 3 讀單字，練習發音

藥	ยา		祖母、奶奶	ย่า
音標	yaa		音標	yâa

困難、艱難	ยาก		巨人、妖怪	ยักษ์
音標	yâak		音標	yák

當然、必然、肯定	ย่อม		時刻	ยาม
音標	yôm		音標	yaam

染	ย้อม		願意	ยอม
音標	yóm		音標	yom

地區	ย่าน		還	ยัง
音標	yâan		音標	yang

搬、遷	ย้าย		外婆	ยาย
音標	yáai		音標	yaai

橡膠	ยาง		絲、纖維	ใย
音標	yaang		音標	yai

Unit 05 低子音

TA01_37.MP3

ญ [y]

Step 1 跟泰語老師學發音

發音方法〉

與 ย 的發音要點相同。發音時，舌面向硬顎抬起，氣流由舌面和硬顎間摩擦而出。發注音符號「ㄧ」的音，然後連著微微發出英文音標的〔ɔ〕音。

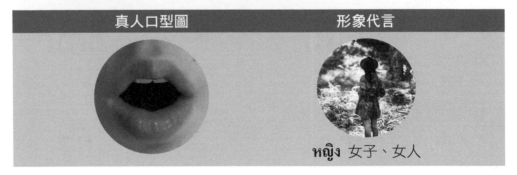

真人口型圖	形象代言
	หญิง 女子、女人

Step 2 看筆順圖片，動手寫一寫

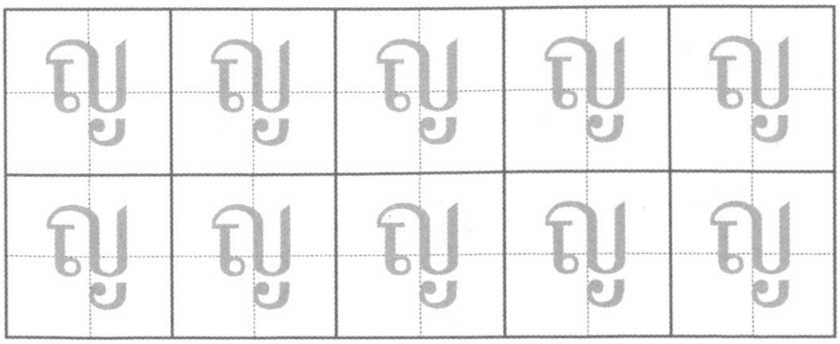

簡介 泰語

知識 語音

子音

母音

規則 聲調與拼讀

前引字

與符號 特殊發音

文法和句型 最常用的

分類單字 最常用的

短句會話 最口語的日常

Step 3 讀單字，練習發音

（越南舊稱）安南	ญวน
音標	yuuan

提案、議案	ญัตติ
音標	yát-dtì

親戚	ญาติ
音標	yâat

女子、女人	หญิง
音標	yǐng

大	ใหญ่
音標	yài

Unit
05 低子音

TA01_38.MP3

น [n]

Step 1 跟泰語老師學發音

發音方法〉

發音時，舌尖抵住上齒齦，形成阻礙，使氣流從鼻腔洩出。發注音符號「ㄋ」的音，然後連著微微發出英文音標〔ɔ〕的音。

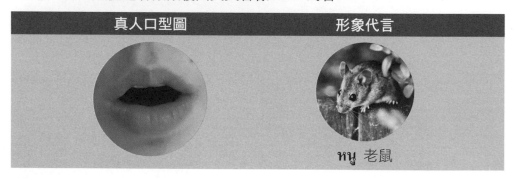

真人口型圖	形象代言
	หนู 老鼠

Step 2 看筆順圖片，動手寫一寫

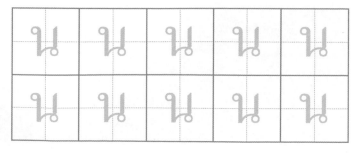

Step 3 讀單字，練習發音

中文	泰文	音標
田地	นา	naa
水	น้ำ	náam
睡覺	นอน	non
法律	นิติ	ní-dtì
少	น้อย	nói
外面	นอก	nôk
舅舅；姨媽	น้า	náa
弟弟；妹妹	น้อง	nóng
分鐘	นาที	naa-tee
那	นั่น	nân
手錶；鐘	นาฬิกา	naa-lí-gaa
久	นาน	naan
這	นี่	nêe
坐	นั่ง	nâng

簡介泰語
子音
母音
聲調與拼讀規則
前引字
特殊發音與符號
最常用的文法和句型
最常用的分類單字
最口語的日常短句會話

TA01_39.MP3

ณ [n]

Step 1　跟泰語老師學發音

發音方法〉

與 น 的發音要點相同。發音時，舌尖抵住上齒齦，形成阻礙，使氣流從鼻腔洩出。發注音符號「ㄋ」的音，然後連著微微發出英文音標〔ɔ〕的音。

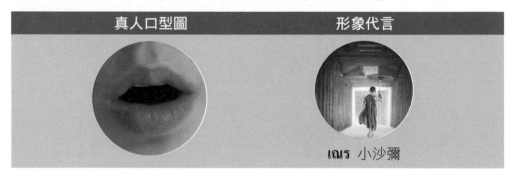

真人口型圖	形象代言

เณร 小沙彌

Step 2　看筆順圖片，動手寫一寫

ณ	ณ	ณ	ณ	ณ
ณ	ณ	ณ	ณ	ณ

泰語的發音與筆順

簡介 泰語

知識 語音

子音

母音

聲調與拼讀 規則

前引字

特殊發音 與符號

最常用的 文法和句型

最常用的 分類單字

最口語的日常 短句會話

Step 3 讀單字，練習發音

小沙彌	เณร
音標	nen

Unit 05 低子音

TA01_40.MP3

ม [m]

Step 1 跟泰語老師學發音

發音方法〉

發音時，雙唇緊閉，形成阻礙，使氣流從鼻腔洩出。發注音符號「ㄇ」的音，然後連著微微發出英文音標〔ɔ〕的音。

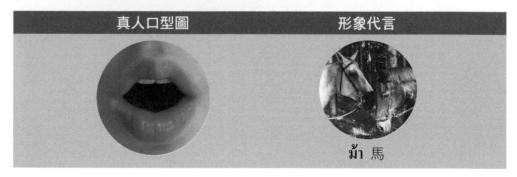

真人口型圖	形象代言
	 ม้า 馬

Step 2 看筆順圖片，動手寫一寫

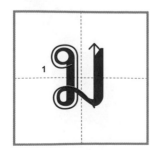

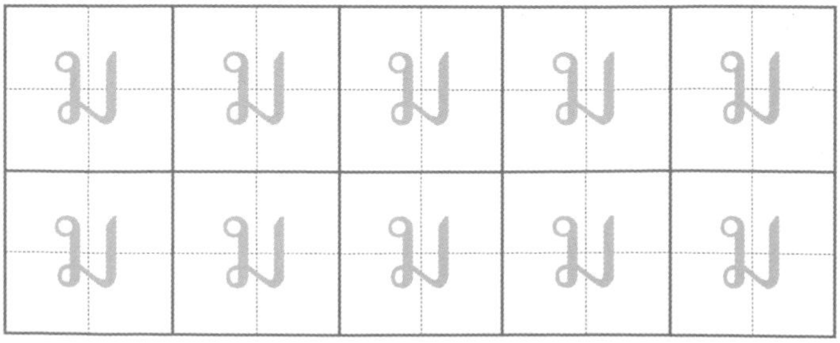

簡介 泰語
知識 語音
子音
母音
聲調與拼讀 規則
前引字
與符號 特殊發音
文法和句型 最常用的
分類單字 最常用的
短句會話 最口語的日常

Step 3　讀單字，練習發音

來	มา
音標	maa

馬	ม้า
音標	máa

有	มี
音標	mee

暈；醉	เมา
音標	mao

…的時候	เมื่อ
音標	mêuua

顆、粒、丸	เม็ด
音標	mét

疲勞、勞累、痠軟	เมื่อย
音標	mêuuay

妻子	เมีย
音標	miia

雖然、儘管	แม้
音標	máe

媽媽	แม่
音標	mâe

樹木	ไม้
音標	mái

貓	แมว
音標	maew

河流	แม่น้ำ
音標	mâe náam

城市；國家	เมือง
音標	meuuang

Unit 05 低子音

TA01_41.MP3

ร [h]

Step 1 跟泰語老師學發音

發音方法〉

彈舌音。發音時，舌尖向上齒齦後面捲起，舌身成凹陷狀，聲帶振動，舌尖彈動。該子音音素同 ，區別在於這個音需彈舌。

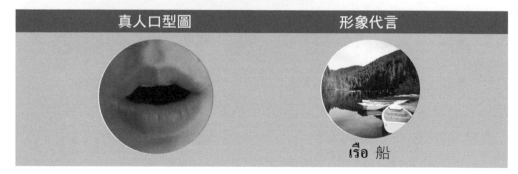

真人口型圖	形象代言
	เรือ 船

Step 2 看筆順圖片，動手寫一寫

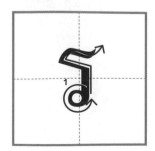

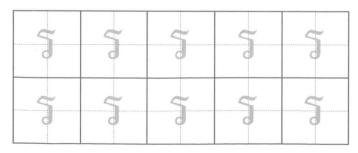

簡介 泰語

知識 語音

子音

母音

規則 聲調與拼讀

前引字

與符號 特殊發音

文法和句型 最常用的

分類單字 最常用的

短句會話 最口語的日常

Step 3 讀單字，練習發音

階段	ระยะ
音標	rá-yá

小心、當心	ระวัง
音標	rá-wang

愛	รัก
音標	rák

船	เรือ
音標	reuua

射線；光線	รังสี
音標	rang-sěe

知道、瞭解	รู้
音標	róo

車	รถ
音標	rót

窩、巢	รัง
音標	rang

事情	เรื่อง
音標	rêuuang

收、接	รับ
音標	ráp

圖片	รูป
音標	rôop

趕緊、趕快	รีบ
音標	rêep

黴菌	รา
音標	raa

國；州	รัฐ
音標	rát

Unit

05 低子音

TA01_42.MP3

ด [d]

Step 1 跟泰語老師學發音

發音方法〉

發音時，舌尖抵住上齒齦，舌端向硬顎抬起，氣流從舌頭兩側洩出。發注音符號「ㄉ」的音，然後連著微微發出英文音標的〔ɔ〕音。

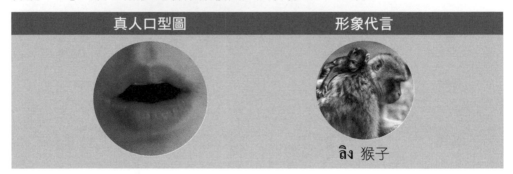

真人口型圖	形象代言
	 ลิง 猴子

Step 2 看筆順圖片，動手寫一寫

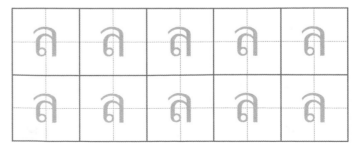

Step 3 讀單字，練習發音

告辭；請假；驢	ลา	追蹤、尋找	ล่า
音標	laa	音標	lâa
口譯人員	ล่าม	艘、架	ลำ
音標	lâam	音標	lam
百萬	ล้าน	底下	ล่าง
音標	láan	音標	lâang
花紋	ลาย	場地、平地、空地	ลาน
音標	laai	音標	laan
舌頭	ลิ้น	獨自、單獨	ลำพัง
音標	lín	音標	lam-pang
風姿	ลีลา	荔枝	ลิ้นจี่
音標	lee-laa	音標	lín jèe
龍眼	ลำไย	順序、次序	ลำดับ
音標	lam-yai	音標	lam-dàp

最常用的文法和句型
最常用的分類單字
最口語的日常短句會話

Unit

05 低子音

TA01_43.MP3

ฬ [l]

Step 1 跟泰語老師學發音

發音方法〉

與 ล 的發音要點相同。發音時，舌尖抵住上齒齦，舌端向硬顎抬起，氣流從舌頭兩側洩出。發注音符號「ㄌ」的音，然後連著微微發出英文音標的〔ɔ〕音。

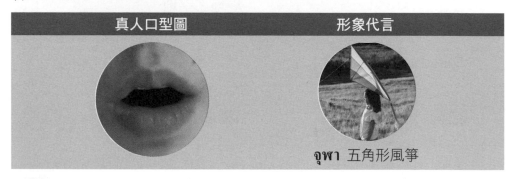

真人口型圖	形象代言
	จุฬา 五角形風箏

Step 2 看筆順圖片，動手寫一寫

泰語的發音與筆順

簡介 泰語

知識 語音

子音

母音

聲調與拼讀 規則

前引字

特殊發音 與符號

文法和句型 最常用的

最常用的 分類單字

最口語的日常 短句會話

Step 3 讀單字，練習發音

體育	กีฬา	五角形風箏	จุฬา
音標	gee-laa	音標	jù-laa

Unit

05 低子音

TA01_44.MP3

ว [w]

Step 1 跟泰語老師學發音

發音方法〉

發音時，下唇向內收，輕觸上齒，發中文「窩」的音，然後連著微微發出英文音標的〔ɔ〕音。

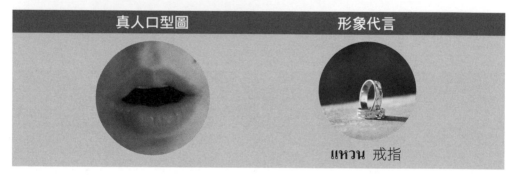

真人口型圖	形象代言
	แหวน 戒指

Step 2 看筆順圖片，動手寫一寫

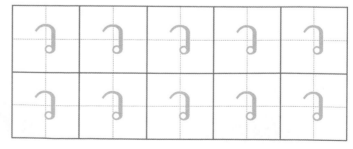

泰語的發音與筆順

簡介 泰語

知識 語音

子音

母音

規則 聲調與拼讀

前引字 與符號

特殊發音

文法和句型 最常用的

分類單字 最常用的

短句會話 最口語的日常

Step 3 讀單字，練習發音

說、講；斥責	ว่า
音標	wâa

宮殿	วัง
音標	wang

天、日；白天	วัน
音標	wan

戒指	แหวน
音標	wǎen

游泳	ว่ายน้ำ
音標	wâai náam

拜	ไหว้
音標	wâai

風箏	ว่าว
音標	wâao

有空	ว่าง
音標	wâang

知識、學問	วิทยา
音標	wít-tá-yaa

學科；科目	วิชา
音標	wí-chaa

梳子	หวี
音標	wěe

方法	วิธี
音標	wí-tee

軌道；道路	วิถี
音標	wí-těe

跑	วิ่ง
音標	wîng

Unit 06 複合子音

TA01_45.MP3

กร [gr]

Step 1 跟泰語老師學發音

發音方法〉

這個音是彈舌音。發注音符號「ㄍ」的音，然後連著微微發出（羅，彈舌音）的音，聲調是類似中文的一聲。

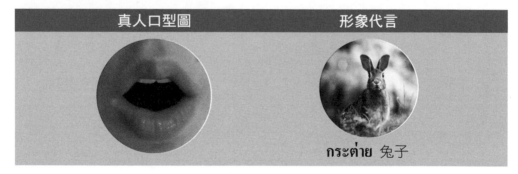

真人口型圖	形象代言
	 กระต่าย 兔子

Step 2 看筆順圖片，動手寫一寫

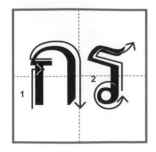

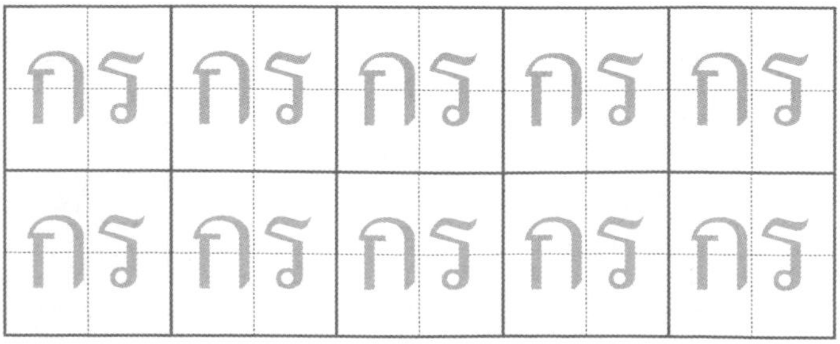

กร กร กร กร กร
กร กร กร กร กร

簡介　泰語
知識　語音
子音
母音
聲調與拼讀　規則
前引字
特殊發音　與符號
文法和句型　最常用的
分類單字　最常用的
短句會話　最口語的日常

Step 3　讀單字，練習發音

酸性	กรด
音標	gròt

廳；局	กรม
音標	grom

灌；填	กรอก
音標	gròk

兔子	กระต่าย
音標	grà-dtàai

秋葵	กระเจี๊ยบ
音標	grà-jíiap

玻璃；鏡子	กระจก
音標	grà-jòk

扯、拽	กระชาก
音標	grà-châak

麻雀；不重要的	กระจอก
音標	grà-jòk

跳	กระโดด
音標	grà-dòht

籃子	กระเช้า
音標	grà-cháo

紙	กระดาษ
音標	grà-dàat

板	กระดาน
音標	grà-daan

骨頭	กระดูก
音標	grà-dòok

耳語	กระซิบ
音標	grà-síp

Unit
06 複合子音

TA01_46.MP3

กล [gl]

Step 1 跟泰語老師學發音

發音方法〉

發出注音符號「ㄍ」的音，然後連著微微發出 luo（羅）的音，是很平板的聲調。

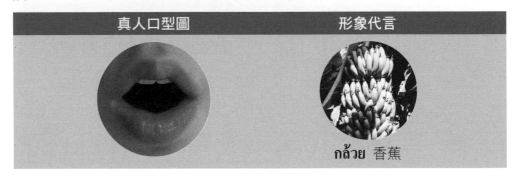

真人口型圖　　　　　形象代言

กล้วย　香蕉

Step 2 看筆順圖片，動手寫一寫

| กล | กล | กล | กล | กล |
| กล | กล | กล | กล | กล |

簡介 泰語

知識 語音

子音

母音

規則 聲調與拼讀

前引字

與符號 特殊發音

文法和句型 最常用的

分類單字 最常用的

短句會話 最口語的日常

Step 3 讀單字，練習發音

埋	กลบ
音標	glòp

圓	กลม
音標	glom

香蕉	กล้วย
音標	glûuay

盒子	กล่อง
音標	glòng

相機	กล้อง
音標	glông

蘭花	กล้วยไม้
音標	glûuay mái

詩歌	กลอน
音標	glon

鼓	กลอง
音標	glong

中間、中部、中央	กลาง
音標	glaang

回、返回	กลับ
音標	glàp

發言	กล่าว
音標	glàao

轉變、變成	กลาย
音標	glaai

害怕	กลัว
音標	gluua

勇敢	กล้า
音標	glâa

113

Unit 06 複合子音

TA01_47.MP3

กว [gw]

Step 1 跟泰語老師學發音

發音方法〉

發注音符號「ㄍ」的音，然後連著微微發出wo（喔）的音，聲調是類似中文的一聲。

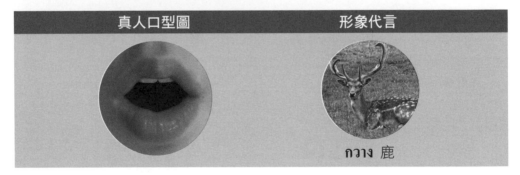

真人口型圖	形象代言
	 กวาง 鹿

Step 2 看筆順圖片，動手寫一寫

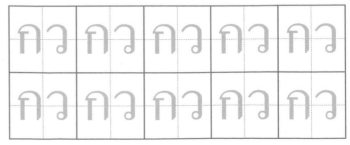

子音
母音
聲調與拼讀規則
前引字
特殊發音與符號
最常用的文法和句型
最常用的分類單字
最口語的日常短句會話

Step 3 讀單字，練習發音

比、更	กว่า	音標 gwàa
掃	กวาด	音標 gwàat
鹿	กวาง	音標 gwaang
寬	กว้าง	音標 gwâang
廣闊	กว้างใหญ่	音標 gwâang yài
招手	กวัก	音標 gwàk
揮動、舞動	กวัดแกว่ง	音標 gwàt gwàeng
囤積、大量購買	กว้านซื้อ	音標 gwâan séu
吊起、拉起	กว้าน	音標 gwâan

Unit

06 複合子音

TA01_48.MP3

ปร [br]

Step 1 跟泰語老師學發音

發音方法〉

彈舌音。發注音符號「ㄅ」的音，然後連著微微發出 ruo（羅，彈舌）的音，是很平板的聲調。

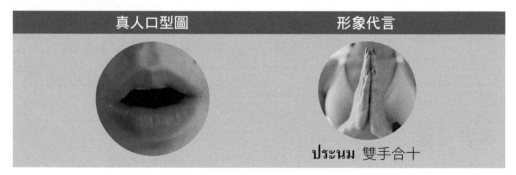

真人口型圖	形象代言
	ประนม 雙手合十

Step 2 看筆順圖片，動手寫一寫

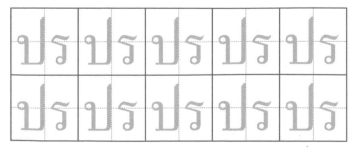

簡介 泰語
知識 語音
子音
母音
規則 聲調與拼讀
前引字
與符號 特殊發音
文法和句型 最常用的
分類單字 最常用的
短句會話 最口語的日常

Step 3　讀單字，練習發音

比賽	ประกวด
音標	bprà-gùuat

安裝；從事…（行業）	ประกอบ
音標	bprà-gòp

保證、擔保	ประกัน
音標	bprà-gan

閃光、火花	ประกาย
音標	bprà-gaai

常駐	ประจำ
音標	bprà-jam

項；點；條	ประการ
音標	bprà-gaan

諷刺、挖苦	ประชด
音標	bprà-chót

宣佈、公佈	ประกาศ
音標	bprà-gàat

裝飾、佈置	ประดับ
音標	bprà-dàp

人口	ประชากร
音標	bprà-chaa gon

國家	ประเทศ
音標	bprà-têt

門	ประตู
音標	bprà-dtoo

會議	ประชุม
音標	bprà-chum

人民	ประชาชน
音標	bprà-chaa chon

Unit

TA01_49.MP3

ปล [bl]

Step 1 跟泰語老師學發音

發音方法〉

發注音符號「ㄅ」的音，然後連著微微發出luo（羅）音過渡，聲調是類似中文的一聲。

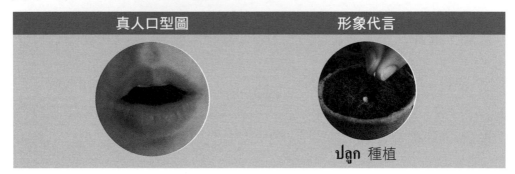

真人口型圖	形象代言
	ปลูก 種植

Step 2 看筆順圖片，動手寫一寫

脫離	ปลอด		安慰	ปลอบ
音標	bplòt		音標	bplòp

假	ปลอม		種植	ปลูก
音標	bplom		音標	bplòok

芭蕉花	หัวปลี		釋放	ปล่อย
音標	hǔua bplee		音標	bplòi

零碎；離（開）	ปลีก		末端	ปลาย
音標	bplèek		音標	bplaai

摔角	มวยปล้ำ		叫醒	ปลุก
音標	muuay bplâm		音標	bplùk

飛揚	ปลิว		水蛭、螞蟥	ปลิง
音標	bpliw		音標	bpling

種植	ปลูก		喜悅	ปลื้ม
音標	bplòok		音標	bplêum

泰語的發音與筆順

簡介　泰語

知識　語音

子音

母音

規則　聲調與拼讀

前引字

與符號　特殊發音

文法和句型　最常用的

分類單字　最常用的

短句會話　最口語的日常

06 複合子音

TA01_50.MP3

ตร [dr]

跟泰語老師學發音

發音方法〉

彈舌音。發注音符號「ㄉ」音,然後連著微微發出ruo(羅,彈舌)的音,是平板的音調。

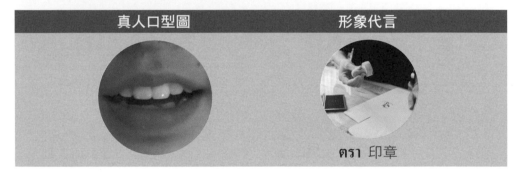

真人口型圖　　　　　　　形象代言

ตรา 印章

看筆順圖片,動手寫一寫

ตร	ตร	ตร	ตร	ตร
ตร	ตร	ตร	ตร	ตร

簡介 泰語

知識 語音

子音

母音

規則 聲調與拼讀

前引字

與符號 特殊發音

文法和句型 最常用的

分類單字 最常用的

短句會話 最口語的日常

Step 3　讀單字，練習發音

正、準時	ตรง
音標	dtrong

檢查	ตรวจ
音標	dtrùuat

印章	ตรา
音標	dtraa

黎明	ตรู่
音標	dtròo

認識到	ตระหนัก
音標	dtrà-nàk

家族；血統	ตระกูล
音標	dtrà-goon

聖諭	ตรัส
音標	dtràt

巡邏	ตระเวน
音標	dtrà-wen

直到	ตราบ
音標	dtràap

農曆新年	ตรุษ
音標	dtrùt

準備	ตระเตรียม
音標	dtrà-dtriiam

悲傷	ตรอมใจ
音標	dtrom jai

春節	ตรุษจีน
音標	dtrùt jeen

三；學士	ตรี
音標	dtree

Unit 06 複合子音

TA01_51.MP3

ขร [kr]

Step 1 跟泰語老師學發音

發音方法〉

彈舌音。發中文符號「ㄎ」音，然後連著微微發出 ruo（彈舌，羅）的音，聲調類似中文的二聲。

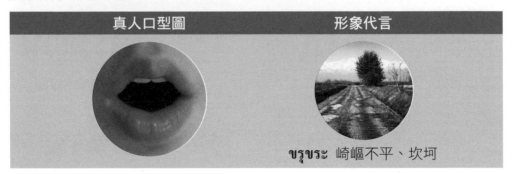

真人口型圖	形象代言
	 ขรุขระ 崎嶇不平、坎坷

Step 2 看筆順圖片，動手寫一寫

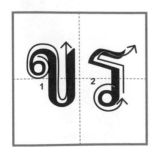

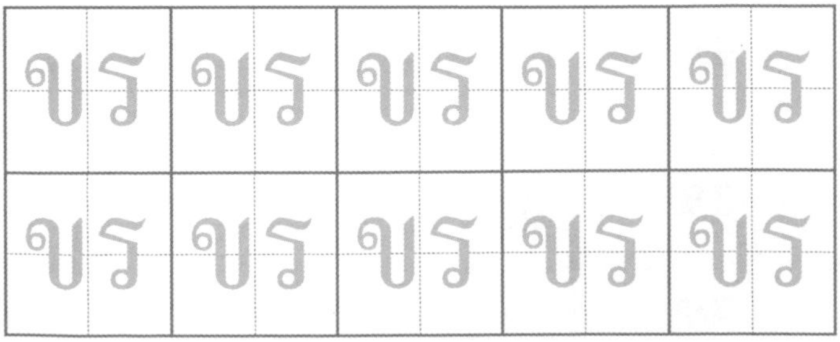

Step 3 讀單字，練習發音

崎嶇不平、坎坷	ขรุขระ
音標	krù-krà

泰語的發音與筆順
子音
母音
聲調與拼讀規則
前引字
特殊發音與符號
最常用的文法和句型
最常用的分類單字
最口語的日常短句會話

Unit 06 複合子音

TA01_52.MP3

ขล [kl]

Step 1 跟泰語老師學發音

發音方法〉

發注音符號「ㄎ」的音，然後連著微微發出 luo（羅）的音，聲調類似中文的二聲。

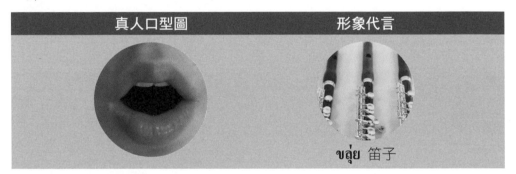

真人口型圖	形象代言
	 ขลุ่ย 笛子

Step 2 看筆順圖片，動手寫一寫

簡介 泰語
知識 語音
子音
母音
聲調與拼讀 規則
前引字
特殊發音 與符號
最常用的 文法和句型
最常用的 分類單字
最口語的日常 短句會話

Step 3　讀單字，練習發音

膽小、膽怯	ขลาด
音標	klàat

笛子	ขลุ่ย
音標	klùi

Unit

06 複合子音

TA01_53.MP3

ขว [kw]

Step 1 跟泰語老師學發音

發音方法〉

發注音符號「ㄎ」的音，然後連著微微發出 wo（喔）音的音，聲調類似中文的二聲。

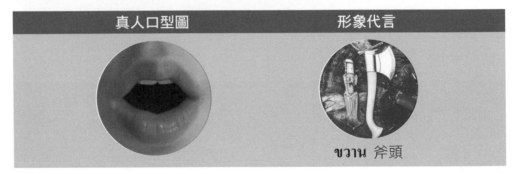

真人口型圖	形象代言
	 ขวาน 斧頭

Step 2 看筆順圖片，動手寫一寫

ขว

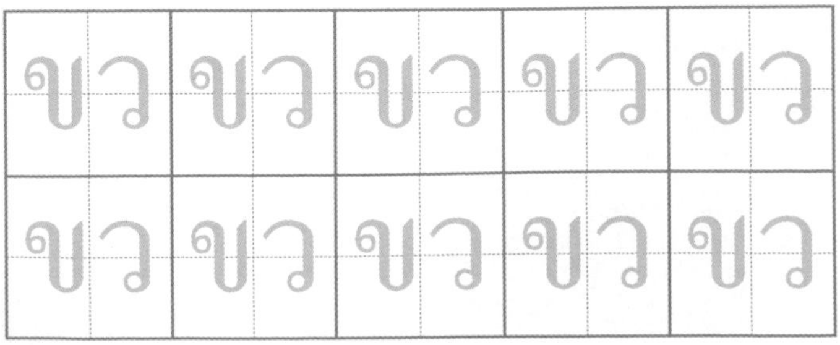

ขว ขว ขว ขว ขว
ขว ขว ขว ขว ขว

泰語 簡介 知識

語音

子音

母音

聲調與拼讀 規則

前引字

特殊發音 與符號

最常用的 文法和句型

最常用的 分類單字

最口語的日常 短句會話

Step 3　讀單字，練習發音

禮物	ของขวัญ
音標	kŏng kwăn

熙熙攘攘	ขวักไขว่
音標	kwàk kwài

右	ขวา
音標	kwăa

斧頭	ขวาน
音標	kwăan

挑	ขวิด
音標	kwìt

阻擋	ขวาง
音標	kwăang

投擲	ขว้าง
音標	kwâang

Unit

06 複合子音

TA01_54.MP3

ผล [pl]

Step 1 跟泰語老師學發音

發音方法〉

發注音符號「ㄆ」的音，然後連著微微發出 luo（羅）音的音，聲調類似中文的一聲。

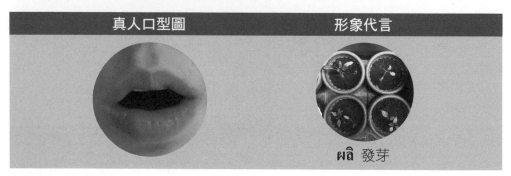

真人口型圖	形象代言

ผลิ 發芽

Step 2 看筆順圖片，動手寫一寫

簡介泰語
子音
母音
聲調與拼讀規則
前引字
特殊發音與符號
最常用的文法和句型
最常用的分類單字
最口語的日常短句會話

Step 3 讀單字，練習發音

擺脫	ผละ
音標	plà

推開	ผลัก
音標	plàk

更換	ผลัด
音標	plàt

發芽	ผลิ
音標	plì

Unit
06 複合子音

TA01_55.MP3

คร [kr]

Step 1 跟泰語老師學發音

發音方法〉

彈舌音。發注音符號「ㄎ」的音，然後連著微微發出 ruo（彈舌，羅）的音，聲調類似中文的一聲。

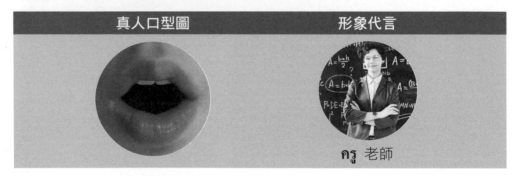

真人口型圖	形象代言
	 ครู 老師

Step 2 看筆順圖片，動手寫一寫

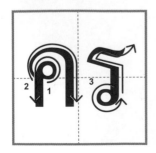

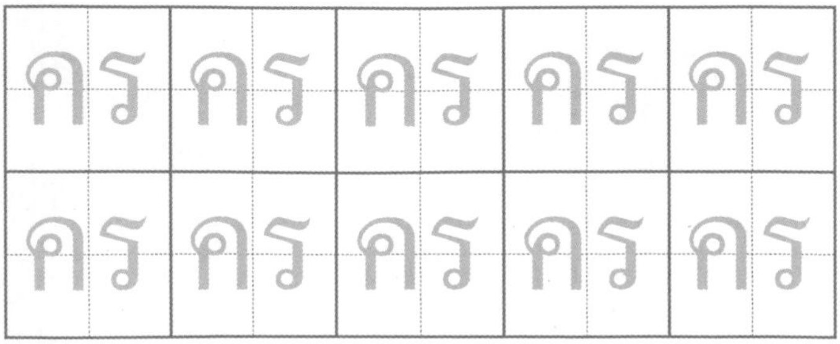

คร คร คร คร คร
คร คร คร คร คร

泰語的發音與筆順

簡介 泰語
知識 語音
子音
母音
聲調與拼讀 規則
前引字
特殊發音 與符號
最常用的 文法和句型
最常用的 分類單字
最口語的日常 短句會話

Step 3 讀單字，練習發音

研磨缽、杵臼	ครก
音標	krók

齊全	ครบ
音標	króp

窩	ครอก
音標	krôk

老師	ครู
音標	kroo

家庭	ครอบครัว
音標	krôp kruua

統治	ครอง
音標	krong

次、回	ครั้ง
音標	kráng

持有、擁有	ครอบครอง
音標	krôp krong

奶油；乳霜	ครีม
音標	kreem

次、回	คราว
音標	kraao

廚房	ครัว
音標	kruua

半	ครึ่ง
音標	krêung

大概、簡略	คร่าว
音標	krâao

時候	ครั้น
音標	krán

Unit 06 複合子音

TA01_56.MP3

คล [kl]

Step 1 跟泰語老師學發音

發音方法〉

發注音符號「ㄎ」的音，然後連著微微發出 luo（羅）的音，聲調類似中文的一聲。

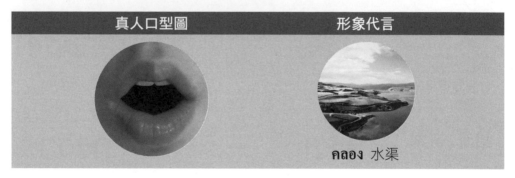

真人口型圖	形象代言
	 คลอง 水渠

Step 2 看筆順圖片，動手寫一寫

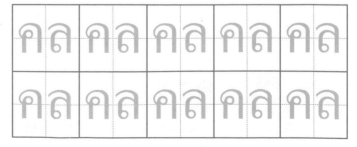

子音
母音
最常用的文法和句型
最常用的分類單字
最口語的日常短句會話

Step 3 讀單字，練習發音

水渠	คลอง
音標	klong
分娩	คลอด
音標	klôt
舒展、解開	คลาย
音標	klaai
相似、近似	คล้าย
音標	kláai
親近、打成一片	คลุกคลี
音標	klúk-klee
深褐色、暗沉	คล้ำ
音標	klám
混合、拌	คลุก
音標	klúk

流利	คล่อง
音標	klông
偏、傾斜	คล้อย
音標	klói
倉庫	คลัง
音標	klang
爬	คลาน
音標	klaan
波浪	คลื่น
音標	klêun
覆蓋	คลุม
音標	klum
診所	คลินิก
音標	klí-nìk

Unit

06 複合子音

TA01_57.MP3

คว [kw]

Step 1 跟泰語老師學發音

發音方法〉

發注音符號「ㄎ」的音，然後連著微微發出 wo（喔）的音，聲調類似中文的一聲。

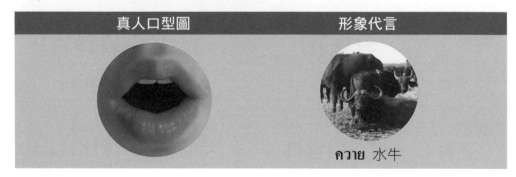

真人口型圖	形象代言
	 ควาย 水牛

Step 2 看筆順圖片，動手寫一寫

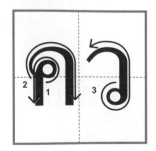

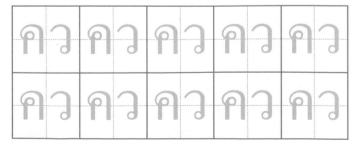

Step 3 讀單字，練習發音

煙	ควัน
音標	kwan

抓取	คว้า
音標	kwáa

名詞化的前綴詞；內容	ความ
音標	kwaam

水牛	ควาย
音標	kwaai

Unit
06 複合子音

TA01_58.MP3

พร [pr]

Step 1 跟泰語老師學發音

發音方法〉

彈舌音。發注音符號「ㄆ」的音，然後連著微微發出 ruo（彈舌，羅）的音，聲調類似中文的一聲。

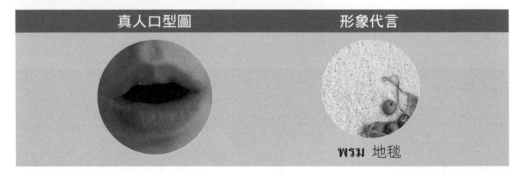

真人口型圖	形象代言
	 พรม 地毯

Step 2 看筆順圖片，動手寫一寫

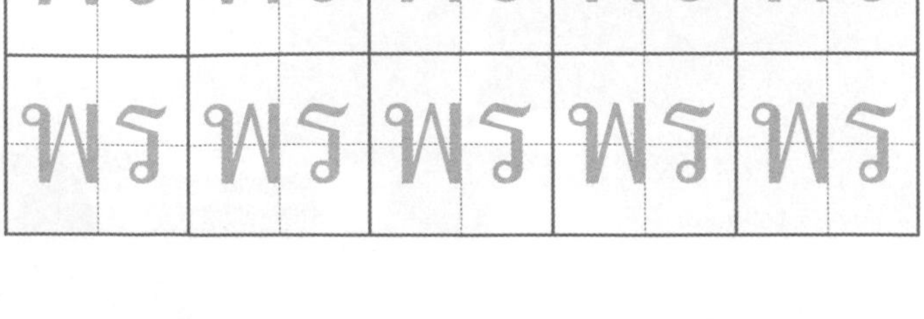

簡介 泰語
知識 語音
子音
母音
聲調與拼讀 規則
前引字
與符號 特殊發音
文法和句型 最常用的
分類單字 最常用的
短句會話 最口語的日常

Step 3 讀單字，練習發音

地毯	พรม
音標	prom

減少、短缺	พร่อง
音標	prông

一起；齊全	พร้อม
音標	próm

僧人、僧侶	พระ
音標	prá

離去、分別、分離	พราก
音標	prâak

害怕、畏懼	พรั่น
音標	prân

獵人	พราน
音標	praan

破壞、毀壞	พร่า
音標	prâa

眨眼	พริบ
音標	príp

反反覆覆	พร่ำ
音標	prâm

多孔洞的；千瘡百孔	รูพรุน
音標	roo prun

明天	พรุ่งนี้
音標	prûng-née

辣椒	พริก
音標	prík

璀璨、閃光	พราว
音標	praao

Unit
06 複合子音

TA01_59.MP3

พล [pl]

Step 1 跟泰語老師學發音

發音方法〉

發注音符號「ㄆ」的音,然後連著微微發出 luo(羅)的音,聲調類似中文的一聲。

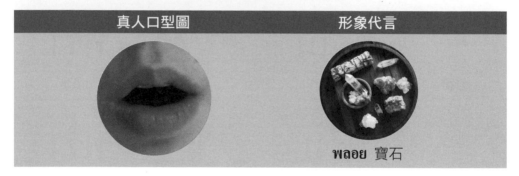

| 真人口型圖 | 形象代言 |

พลอย 寶石

Step 2 看筆順圖片,動手寫一寫

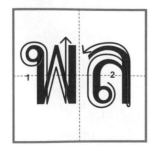

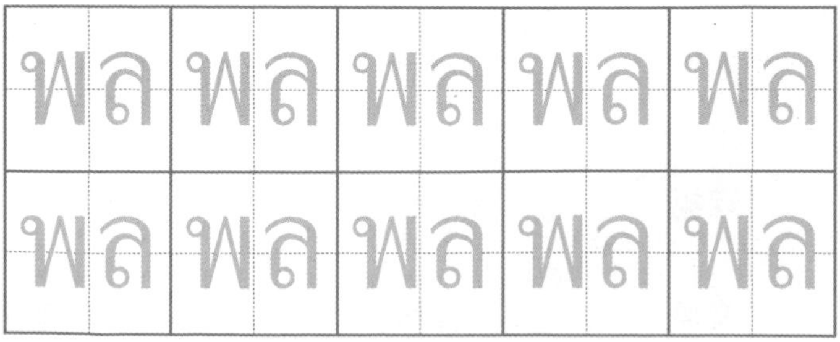

| พล | พล | พล | พล | พล |
| พล | พล | พล | พล | พล |

Step 3 讀單字，練習發音

寶石	พลอย
音標	ploi

跌落、掉下	พลัด
音標	plát

一邊⋯，一邊⋯	พลาง
音標	plaang

失誤	พลาด
音標	plâat

鐵鍬	พลั่ว
音標	plûua

失誤、疏忽、大意	พลั้ง
音標	pláng

亂鬨哄	พล่าน
音標	plâan

迅速、立刻	พลัน
音標	plan

飄	พลิ้ว
音標	plíw

塑膠	พลาสติก
音標	pláat-dtìk

冒出、噴出	พลุ่ง
音標	plûng

祭祀	พลี
音標	plee

翻、翻船	พลิก
音標	plík

喋喋不休	พล่าม
音標	plâam

Unit

07 尾音

TA01_60.MP3

-ย [i]

Step 1 跟泰語老師學發音

發音方法〉

念讀帶有 -ย 的音節時，先用子音和母音結合，之後再帶出「一」的音。

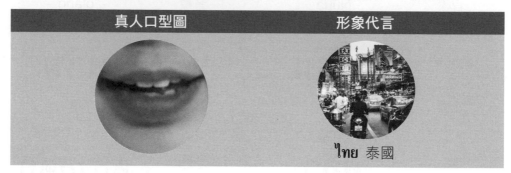

真人口型圖	形象代言
	 ไทย 泰國

Step 2 看筆順圖片，動手寫一寫

-ย

-ย	-ย	-ย	-ย	-ย
-ย	-ย	-ย	-ย	-ย

Step 3 讀單字，練習發音

泰國	ไทย	身體	กาย
音標	tai	音標	gaai
好多的	หลาย	曾經	เคย
音標	lăai	音標	koiie
漂亮	สวย	以；由	โดย
音標	sŭuay	音標	doi
漂	ลอย	常常	บ่อย
音標	loi	音標	bòi
營地	ค่าย	害羞	อาย
音標	kâai	音標	aai
牌子	ป้าย	遲、晚	สาย
音標	bpâai	音標	săai
蚌、貝	หอย	叮咬；螫；拳打	ต่อย
音標	hŏi	音標	dtòi

子音
母音
聲調與拼讀規則
前引字
特殊發音與符號
最常用的文法和句型
最常用的分類單字
最口語的日常短句會話

Unit

07 尾音

TA01_61.MP3

-ว [w]

Step 1 跟泰語老師學發音

發音方法〉

念讀帶有 -ว 的音節時，先用子音和母音結合，之後帶出「ㄨ」音。

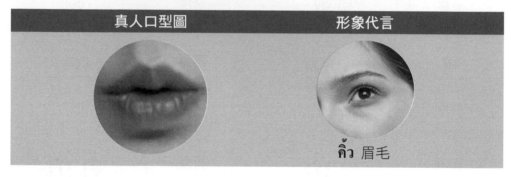

真人口型圖	形象代言
	 คิ้ว 眉毛

Step 2 看筆順圖片，動手寫一寫

-ว

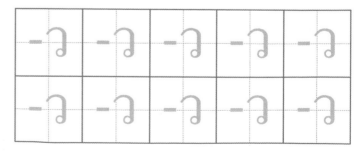

泰語的發音與筆順

簡介 泰語

知識 語音

子音

母音

聲調與拼讀 規則

前引字

特殊發音 與符號

文法和句型 最常用的

分類單字 最常用的

短句會話 最口語的日常

Step 3 讀單字，練習發音

單一	เดียว
音標	diieow

綠	เขียว
音標	kǐieow

粘	เหนียว
音標	nǐieow

眉毛	คิ้ว
音標	kíw

提	หิ้ว
音標	hîw

痤瘡、青春痘	สิว
音標	sǐw

壞、劣	เลว
音標	leo

餓	หิว
音標	hǐw

少女	สาว
音標	sǎao

了	แล้ว
音標	láew

步；跨步	ก้าว
音標	gâao

長	ยาว
音標	yaao

腰	เอว
音標	eo

稀；液狀	เหลว
音標	lěo

143

Unit
07 尾音

$$-ม \ [m]$$

Step 1 跟泰語老師學發音

發音方法〉

子音與母音結合後，上下嘴唇閉緊，氣流通過鼻腔發出「ㄇ」的音。

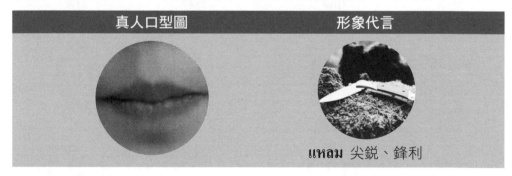

真人口型圖	形象代言

แหลม 尖銳、鋒利

Step 2 看筆順圖片，動手寫一寫

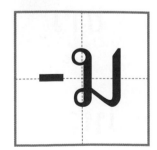

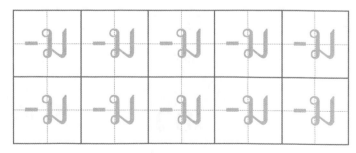

簡介泰語
子音
母音
聲調與拼讀規則
前引字
特殊發音與符號
最常用的文法和句型
最常用的分類單字
最口語的日常短句會話

Step 3 讀單字，練習發音

尖利、鋒利	แหลม
音標	lǎem

口譯人員	ล่าม
音標	lâam

螯	ก้าม
音標	gâam

名諱；名字	นาม
音標	naam

含	อม
音標	om

遊戲	เกม
音標	gem

三	สาม
音標	sǎam

跟隨；根據	ตาม
音標	dtaam

探望；讚	เยี่ยม
音標	yîiam

禁止	ห้าม
音標	hâam

低下、俯	ก้ม
音標	gôm

鋤頭	เสียม
音標	sǐiam

大碗	ชาม
音標	chaam

穿；戴	สวม
音標	sǔuam

Unit 07 尾音

TA01_63.MP3

-น [n]

Step 1 跟泰語老師學發音

發音方法〉

類似於中文裡的前鼻音。發音時需注意舌尖向上頂住上齒齦，發出「ㄋ」的音。

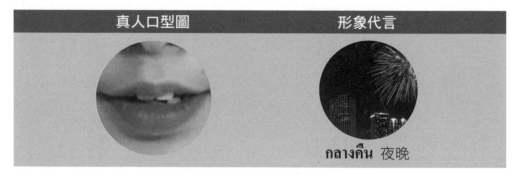

真人口型圖	形象代言
	กลางคืน 夜晚

Step 2 看筆順圖片，動手寫一寫

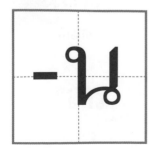

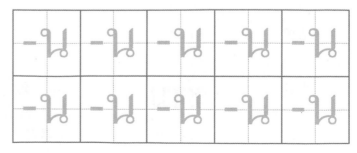

Step 3 讀單字，練習發音

夜晚	กลางคืน
音標	glaang keun

向上	ขึ้น
音標	kêun

超出、超過	เกิน
音標	gern

十萬	แสน
音標	săen

溫暖、溫熱	อุ่น
音標	ùn

吃	กิน
音標	gin

胖	อ้วน
音標	ûuan

槍、手槍	ปืน
音標	bpeun

園子	สวน
音標	sŭuan

雨	ฝน
音標	fŏn

癢；輛	คัน
音標	kan

像	เหมือน
音標	mĕuuan

高腳屋	เรือน
音標	reuuan

教	สอน
音標	sŏn

子音
母音
聲調與拼讀規則
前引字
特殊發音與符號
最常用的文法和句型
最常用的分類單字
最口語的日常短句會話

Unit
07 尾音

TA01_64.MP3

-ง [ng]

Step 1 跟泰語老師學發音

發音方法〉

類似於中文裡的後鼻音。發音時需注意舌尖向下壓，帶鼻音。

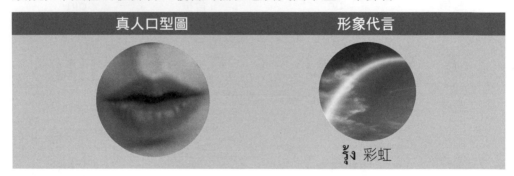

真人口型圖	形象代言
	 รุ้ง 彩虹

Step 2 看筆順圖片，動手寫一寫

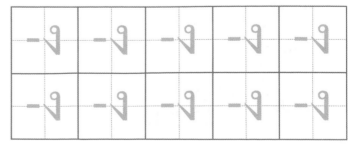

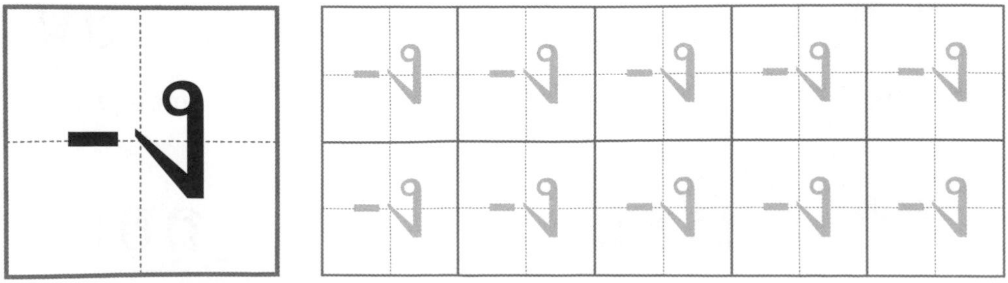

Step 3 讀單字，練習發音

彩虹	รุ้ง	二	สอง
音標	rúng	音標	sŏng
薑	ขิง	樹枝	กิ่ง
音標	kĭng	音標	gìng
預定	จอง	非常	จัง
音標	jong	音標	jang
命令	สั่ง	響	ดัง
音標	sàng	音標	dang
也許；恐怕	คง	排列	เรียง
音標	kong	音標	riiang
高	สูง	迷失	หลง
音標	sŏong	音標	lŏng
聲音	เสียง	得；必須	จง
音標	sĭiang	音標	jong

子音
母音
聲調與拼讀規則
前引字
特殊發音與符號
最常用的文法和句型
最常用的分類單字
最口語的日常短句會話

Unit 07 尾音

TA01_65.MP3

-ก [k]

Step 1 跟泰語老師學發音

發音方法〉

拼讀帶 -ก 的音節時，先用子音和母音相拼，之後舌根與上齒齦形成阻礙，堵住氣流，但氣流不衝破此障礙。

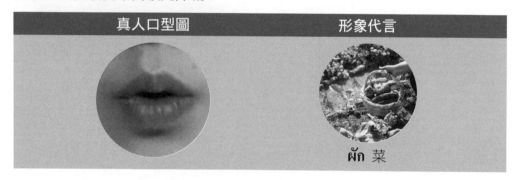

真人口型圖	形象代言
	ผัก 菜

Step 2 看筆順圖片，動手寫一寫

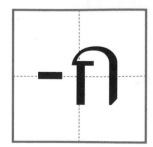

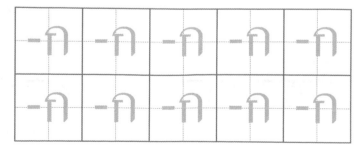

-ก

-ก -ก -ก -ก -ก

-ก -ก -ก -ก -ก

簡介 泰語

知識 語音

子音

母音

規則 聲調與拼讀

前引字

與符號 特殊發音

文法和句型 最常用的

分類單字 最常用的

短句會話 最口語的日常

Step 3 讀單字，練習發音

菜	ผัก
音標	pàk

叫、叫作	เรียก
音標	rîiak

假如	หาก
音標	hàak

主要	หลัก
音標	làk

加法	บวก
音標	bùuak

從⋯⋯	จาก
音標	jàak

交換	แลก
音標	lâek

碎	แตก
音標	dtàek

孩子	ลูก
音標	lôok

搓洗	ซัก
音標	sák

翅膀	ปีก
音標	bpèek

第一	แรก
音標	râek

鳥	นก
音標	nók

六	หก
音標	hòk

Unit
07 尾音

TA01_66.MP3

-ด [d]

Step 1 跟泰語老師學發音

發音方法〉

念讀帶有 -ด 的音節時，先用子音和母音結合，舌尖抵住上齒齦，發「ㄉ」的音。氣流受到阻礙，音不會完全衝出。

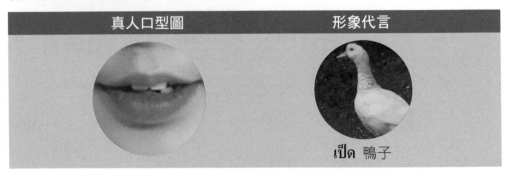

真人口型圖	形象代言
	เป็ด 鴨子

Step 2 看筆順圖片，動手寫一寫

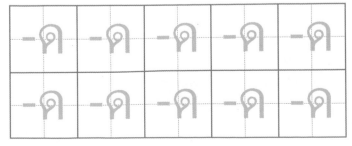

-ด

-ด	-ด	-ด	-ด	-ด
-ด	-ด	-ด	-ด	-ด

泰語的發音與筆順

簡介 泰語

知識 語音

子音

母音

規則 聲調與拼讀

前引字

特殊發音 與符號

文法和句型 最常用的

分類單字 最常用的

短句會話 最口語的日常

Step 3 讀單字，練習發音

七	เจ็ด
音標	jèt

八	แปด
音標	bpàet

鴨子	เป็ด
音標	bpèt

暗、黑暗	มืด
音標	mêut

新鮮	สด
音標	sòt

按、壓	กด
音標	gòt

產生、出生	เกิด
音標	gèrt

記錄	จด
音標	jòt

抄	คัด
音標	kát

脫	ถอด
音標	tòt

練習	หัด
音標	hàt

咬	กัด
音標	gàt

血	เลือด
音標	lêuuat

痛	ปวด
音標	bpùuat

153

Unit

07 尾音

TA01_67.MP3

-บ [b]

Step 1 跟泰語老師學發音

發音方法〉

念讀帶有 -บ 的音節時，先用子音和母音結合，上下嘴唇形成阻礙，發「ㄅ」的音，但是氣流不衝破阻礙。

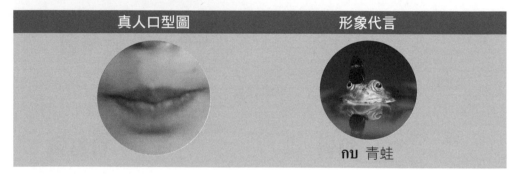

真人口型圖	形象代言
	 กบ 青蛙

Step 2 看筆順圖片，動手寫一寫

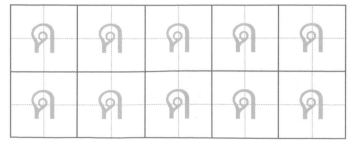

泰語的發音與筆順

簡介 泰語

知識 語音

子音

母音

規則 聲調與拼讀

前引字

與符號 特殊發音

文法和句型 最常用的

分類單字 最常用的

短句會話 最口語的日常

青蛙	**กบ**
音標	gòp

和	**กับ**
音標	gàp

十	**สิบ**
音標	sìp

指甲	**เล็บ**
音標	lép

抓	**จับ**
音標	jàp

生的	**ดิบ**
音標	dìp

回答	**ตอบ**
音標	dtòp

幾乎	**เกือบ**
音標	gèuuap

縫補	**เย็บ**
音標	yép

考試	**สอบ**
音標	sòp

比	**เทียบ**
音標	tîiap

比較	**เปรียบ**
音標	bprìiap

授予	**มอบ**
音標	môp

形式	**แบบ**
音標	bàep

Unit

08 母音

-ะ [a]

Step 1 跟泰語老師學發音

發音方法〉

為短母音，羅馬拼音為a。發音時，音短而低，發出類似中文「啊」的音。

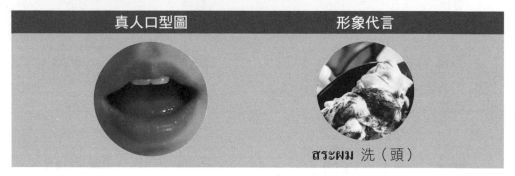

真人口型圖	形象代言
	สระผม 洗（頭）

Step 2 看筆順圖片，動手寫一寫

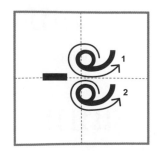

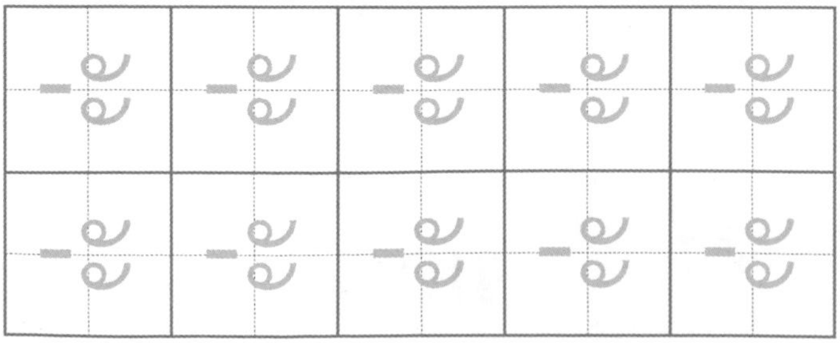

泰語簡介

語音知識

子音

母音

聲調與拼讀規則

前引字

特殊發音與符號

最常用的文法和句型

最常用的分類單字

最口語的日常短句會話

Step 3　讀單字，練習發音

將、將要	จะ
音標	jà

估計	กะ
音標	gà

女性疑問句語尾	คะ
音標	ká

洗（頭）	สระ
音標	sà

垃圾	ขยะ
音標	kà-yà

打仗；戰鬥；打架	ปะทะ
音標	bpà-tá

平底鍋	กะทะ
音標	gà-tá

擊敗；贏、勝利、獲勝	ชนะ
音標	chá-ná

放慢、減速	ชะลอ
音標	chá-lor

椰奶	กะทิ
音標	gà-tí

太陽	ตะวัน
音標	dtà-wan

方才、剛才	ตะกี้
音標	dtà-gêe

院；系	คณะ
音標	ká-ná

蝦醬	กะปิ
音標	gà-bpì

Unit 08 母音

TA01_69.MP3

-า [a]

Step 1 跟泰語老師學發音

發音方法〉

為長母音，羅馬拼音為aa。發音時，音長而平，發出類似中文「啊～」的音。

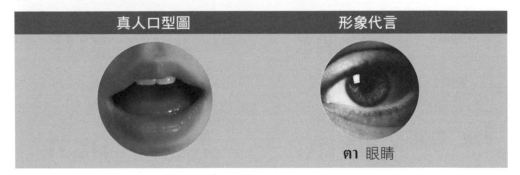

真人口型圖	形象代言
	 ตา 眼睛

Step 2 看筆順圖片，動手寫一寫

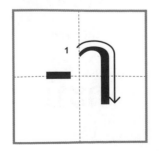

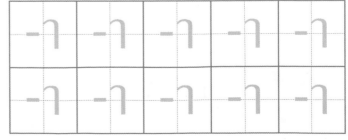

簡介 泰語

知識 語音

子音

母音

規則 聲調與拼讀

前引字

與符號 特殊發音

文法和句型 最常用的

分類單字 最常用的

短句會話 最口語的日常

Step 3 讀單字，練習發音

烏鴉；水壺	กา
音標	gaa

眼睛；外祖父	ตา
音標	dtaa

森林	ป่า
音標	bpàa

找、尋	หา
音標	hǎa

許多；各種各樣	นานา
音標	naa-naa

價格、價錢	ราคา
音標	raa-kaa

綠茶	ชาเขียว
音標	chaa kǐieow

狼	หมาป่า
音標	mǎa bpàa

表格、四方格	ตาราง
音標	dtaa-raang

森林	ป่าไม้
音標	bpàa mái

態度	ท่าที
音標	tâa tee

塗藥、敷藥	ทายา
音標	taa yaa

大眼睛	ตาโต
音標	dtaa dtoh

健談	ช่างพูด
音標	châang pôot

Unit 08 母音

TA01_70.MP3

◌ิ [i]

Step 1 跟泰語老師學發音

發音方法〉

為短母音，音同注音的「ㄧ」。發音時，音短而低。

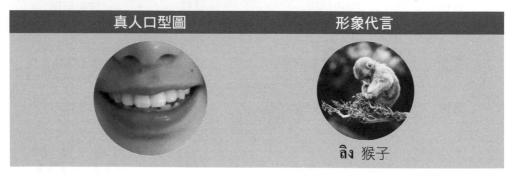

真人口型圖	形象代言
	 ลิง 猴子

Step 2 看筆順圖片，動手寫一寫

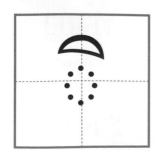

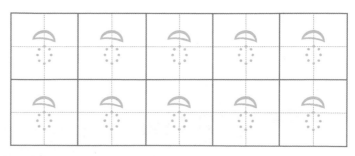

母音下方的圈為子音的位置，該組母音在子音的上方，此外還需注意這組子音都是月牙形的，但長音的右側比短音多條小尾巴。

泰語的發音與筆順

簡介 泰語
知識 語音
子音
母音
規則 聲調與拼讀
前引字
與符號 特殊發音
文法和句型 最常用的
分類單字 最常用的
短句會話 最口語的日常

讀單字，練習發音

吃	กิน
音標	gin

猴子	ลิง
音標	ling

連接；聯繫；接壤	ติด
音標	dtìt

十	สิบ
音標	sìp

法律；法規	นิติ
音標	ní-dtì

茉莉花	มะลิ
音標	má-lí

父親	บิดา
音標	bì daa

雪	หิมะ
音標	hì-má

習慣；流行；喜歡	นิยม
音標	ní-yom

吃飯	กินข้าว
音標	gin kâao

尺寸、大小	มิติ
音標	mí-dtì

課程；專業	วิชา
音標	wí-chaa

丟垃圾	ทิ้งขยะ
音標	tíng kà-yà

關燈	ปิดไฟ
音標	bpìt fai

Unit
08 母音

TA01_71.MP3

◌ี [ee]

Step 1 跟泰語老師學發音

發音方法〉

為長母音，音同注音的「ㄧ」。發音時，音長而平。

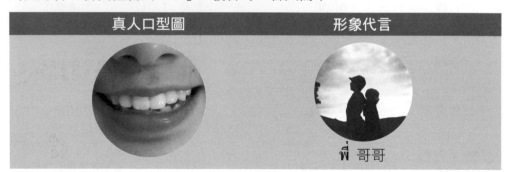

真人口型圖	形象代言
	พี่ 哥哥

Step 2 看筆順圖片，動手寫一寫

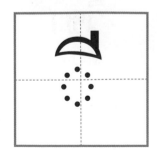

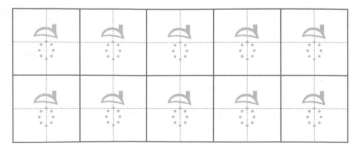

Step 3 讀單字，練習發音

幾	กี่
音標	gèe

哥哥、姊姊	พี่
音標	pêe

顏色	สี
音標	sěe

年；歲	ปี
音標	bpee

天藍色	สีฟ้า
音標	sěe fáa

幾歲；幾年	กี่ปี
音標	gèe-bpee

哥哥	พี่ชาย
音標	pêe chaai

今年	ปีนี้
音標	bpee née

一下、一回；確實、實在	ทีเดียว
音標	tee diieow

下次；以後	ทีหลัง
音標	tee lăng

手藝；技能	ฝีมือ
音標	fěe meu

反擊、回擊	ตีกลับ
音標	dtee glàp

哪裡	ที่ไหน
音標	têe năi

姊姊	พี่สาว
音標	pêe săao

語音知識
子音
母音
聲調與拼讀規則
前引字
特殊發音與符號
最常用的文法和句型
最常用的分類單字
最口語的日常短句會話

Unit 08 母音

TA01_72.MP3

◌ึ [eu]

Step 1 跟泰語老師學發音

發音方法〉

為短母音，音同注音的「ㄜ」，發音位置較為靠前。發音時，音短而低。

真人口型圖	形象代言
	บึง 池塘；沼澤

Step 2 看筆順圖片，動手寫一寫

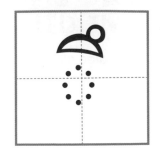

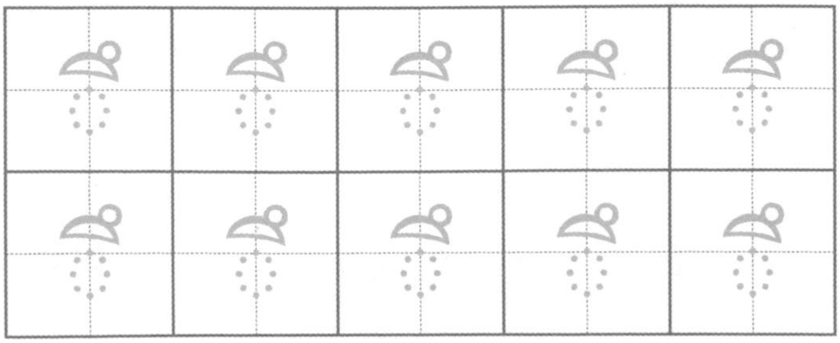

子音
母音
最常用的文法和句型
最常用的分類單字
最口語的日常短句會話

Step 3 讀單字，練習發音

至、到	ถึง	才；因此	จึง
音標	tĕung	音標	jeung
晚、遲	ดึก	池塘；沼澤	บึง
音標	dèuk	音標	beung
放慢、減速	หมึก	研究；分析	ศึกษา
音標	mèuk	音標	sèuk-săa
一	หนึ่ง	紀念、懷念	ระลึก
音標	nèung	音標	rá-léuk
打仗、戰爭；敵人、仇敵	ศึก	恪守；堅信	ยึดมั่น
音標	sèuk	音標	yéut mân
考慮、思考	นึกคิด	想起、想到	นึกถึง
音標	néuk kít	音標	néuk tĕung
深刻；深奧	ลึกซึ้ง	掌握；依據；信仰	ยึดถือ
音標	léuk séung	音標	yéut tĕu

Unit

08 母音

TA01_73.MP3

◌ื [eu]

Step 1 跟泰語老師學發音

發音方法〉

為長母音，音同注音的「ㄜ」，發音位置較為靠前。發音時，音長而平。

真人口型圖	形象代言
	มือถือ 手機

Step 2 看筆順圖片，動手寫一寫

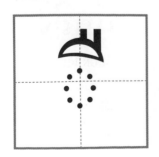

母音下方的圈為子音的位置，該組母音在子音的上方，但需要注意◌ื與子音相結合形成音節，並不帶尾音時，子音之後要加อ。如มือ諧音「麼」，譯為「手」。

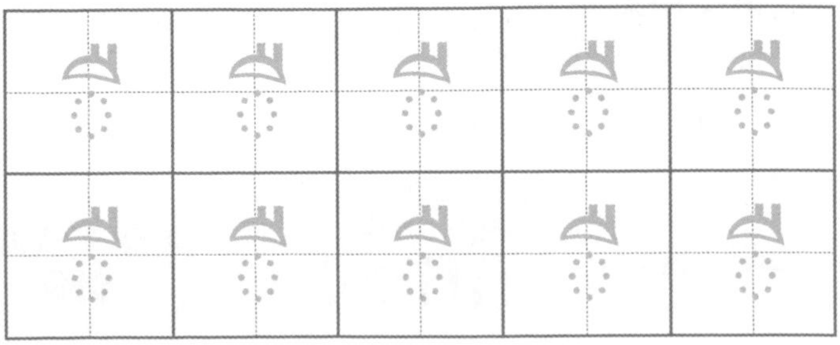

Step 3 讀單字，練習發音

（be動詞）是	**คือ**
音標	keu

（生肖）豬	**ชื่อ**
音標	chêu

嗎；或者	**หรือ**
音標	rěu

淡；清淡	**จืด**
音標	jèut

有名的、著名的	**ลือชื่อ**
音標	leu chêu

愉悅；賞心悅目	**ชื่นตา**
音標	chêun dtaa

天黑、暗	**มืด**
音標	mêut

手機	**มือถือ**
音標	meu těu

證實；堅持	**ยืนยัน**
音標	yeun yan

槍	**ปืน**
音標	bpeun

順耳、悅耳	**รื่นหู**
音標	rêun hǒo

長久、持久	**ยืนนาน**
音標	yeun naan

醒、睡醒；起床	**ตื่น**
音標	dtèun

滿；多	**ปือ**
音標	bpeu

簡介 泰語
知識 語音
子音
母音
規則 聲調與拼讀
前引字
與符號 特殊發音
文法和句型 最常用的
分類單字 最常用的
短句會話 最口語的日常

Unit

08 母音

TA01_74.MP3

◌ุ [u]

Step 1 跟泰語老師學發音

發音方法〉

為短母音，音同注音的「ㄨ」。發音時，音短而低。

真人口型圖	形象代言
	 กุหลาบ 玫瑰；月季

Step 2 看筆順圖片，動手寫一寫

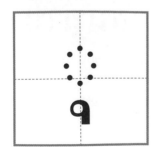

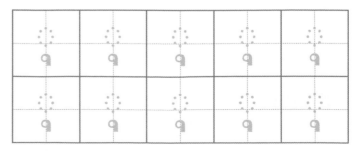

泰語的發音與筆順

簡介 泰語
知識 語音
子音
母音
規則 聲調與拼讀
前引字
與符號 特殊發音
文法和句型 最常用的
分類單字 最常用的
短句會話 最口語的日常

Step 3 讀單字，練習發音

蝦	กุ้ง
音標	gûng

家族；姓氏	กุน
音標	gun

凶、猛	ดุ
音標	dù

袋子	ถุง
音標	tŭng

挖金；（比喻）掙錢	ขุดทอง
音標	kùt tong

玫瑰；月季	กุหลาบ
音標	gù-làap

恩惠、恩德；功績；你、您	คุณ
音標	kun

挖；刨	ขุด
音標	kùt

榴槤	ทุเรียน
音標	tú riian

點、點燃、點火	จุด
音標	jùt

師長；教師	คุรุ
音標	kú-rú

滿足、心滿意足	จุใจ
音標	jù jai

接吻、親嘴	จุ๊ป
音標	júp

聊天、談話	คุย
音標	kui

Unit

08 母音

TA01_75.MP3

ู [u]

Step 1 跟泰語老師學發音

發音方法〉

為長母音，音同注音的「ㄨ」。發音時，音長而平。

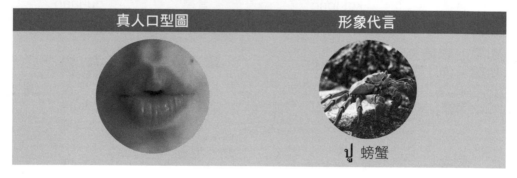

真人口型圖	形象代言
	 ปู 螃蟹

Step 2 看筆順圖片，動手寫一寫

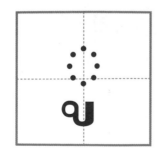

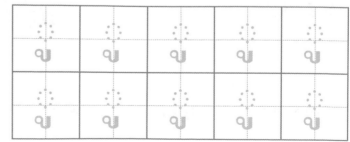

簡介 泰語

知識 語音

子音

母音

規則 聲調與拼讀

前引字

特殊發音 與符號

文法和句型 最常用的

分類單字 最常用的

短句會話 最口語的日常

Step 3 讀單字，練習發音

爺爺、祖父	ปู่
音標	bpòo

我、（粗魯口語）老子	กู
音標	goo

打撈；借貸；挽救	กู้
音標	gôo

櫃子；車廂	ตู้
音標	dtôo

使者、使節	ทูต
音標	tôot

挽回名譽、恢復名譽	กู้ชื่อ
音標	gôo chêu

恐嚇、威逼	ขู่
音標	kòo

說、說話	พูด
音標	pôot

鬥爭；打鬥；加油	สู้
音標	sôo

耳朵	หู
音標	hǒo

看電影	ดูหนัง
音標	doo năng

老師	ครู
音標	kroo

老鼠；（女性謙稱）我	หนู
音標	nǒo

花心、風流	เจ้าชู้
音標	jâo chóo

Unit

08 母音

TA01_76.MP3

เ-ะ [e]

Step 1 跟泰語老師學發音

發音方法〉

為短母音，音同注音的「ㄟ」。發音時，音短而低。

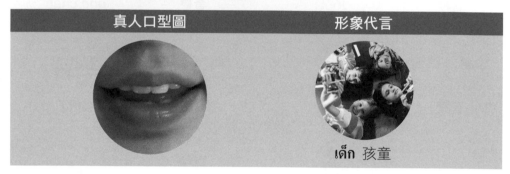

真人口型圖	形象代言
	 เด็ก 孩童

Step 2 看筆順圖片，動手寫一寫

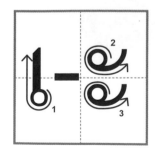

當音節中出現母音เ-ะ並且帶尾音時，在省略ะ的同時子音之上需加 ็（短音符號），以示與長音的區別。如เป็น是短音節，而เปน是長音節。

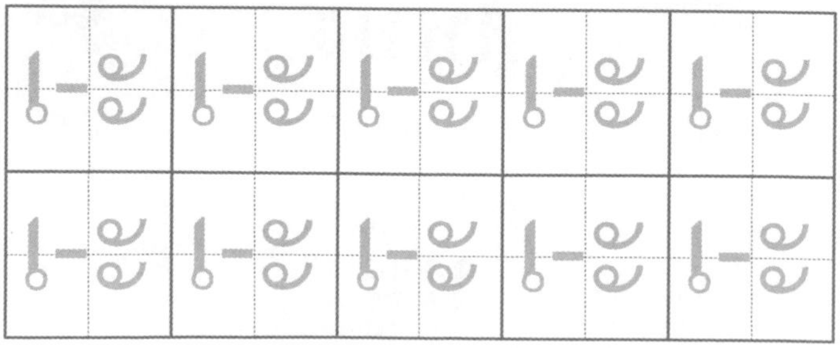

泰語的發音與筆順

簡介 泰語

知識 語音

子音

母音

聲調與拼讀 規則

前引字

與符號 特殊發音

文法和句型 最常用的

分類單字 最常用的

短句會話 最口語的日常

Step 3 讀單字，練習發音

兒童節	วันเด็ก
音標	wan dèk

踢、踢球	เตะ
音標	dtè

七	เจ็ด
音標	jèt

完蛋； 破產、倒閉	เจ๊ง
音標	jéng

檢查、核對； 支票	เช็ค
音標	chék

疼、痛；病	เจ็บ
音標	jèp

傍晚、下午； 涼、冷	เย็น
音標	yen

生病、患病	เจ็บไข้
音標	jèp kâi

鹹鴨蛋	ไข่เค็ม
音標	kài kem

雜亂、礙事	เกะกะ
音標	gè-gà

烤鴨	เป็ดย่าง
音標	bpèt yâang

鴨子	เป็ด
音標	bpèt

鹹	เค็ม
音標	kem

盡力；竭力、 全力	เต็มที่
音標	dtem têe

Unit
08 母音

TA01_77.MP3

เ– [ay]

Step 1 跟泰語老師學發音

發音方法〉

為長母音，音同注音的「ㄟ」。發音時，音長而平。

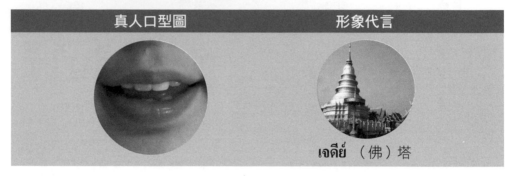

真人口型圖	形象代言
	เจดีย์ （佛）塔

Step 2 看筆順圖片，動手寫一寫

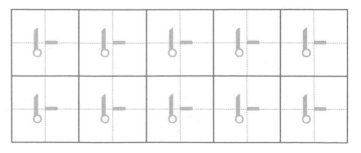

最常用的文法和句型
最常用的分類單字
最口語的日常短句會話

Step 3 讀單字，練習發音

能幹、有本事、棒	เก่ง	地區、區域；範圍	เขต
音標	gèng	音標	kèt
性、性別	เพศ	強調、加強、加重	เน้น
音標	pêt	音標	nén
躺平	เอน	跳動、搏動	เต้น
音標	en	音標	dtên
神、天神	เทพ	跳舞	เต้นรำ
音標	têp	音標	dtên ram
起因、原因；事故、事件；事實、內容	เหตุ	遊戲	เกม
音標	hèt	音標	gem
自己、本人、親自；（表強調）正是、就在	เอง	為什麼、何故	เหตุใด
音標	eng	音標	hèt dai
化學	เคมี	搖籃；吊床；擔架	เปล
音標	kay-mee	音標	bplay

Unit

08 母音

TA01_78.MP3

แ-ะ [ae]

Step 1 跟泰語老師學發音

發音方法〉

為短母音，中文裡無對應的音。音同羅馬拼音「ae」，但口型較「ae」音更大。發音時，音短而低。

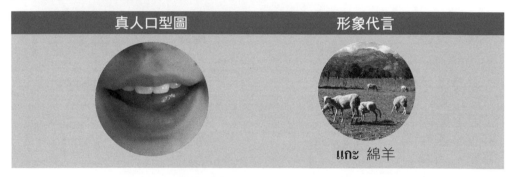

真人口型圖	形象代言
	 แกะ 綿羊

Step 2 看筆順圖片，動手寫一寫

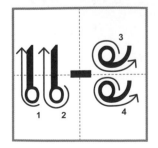

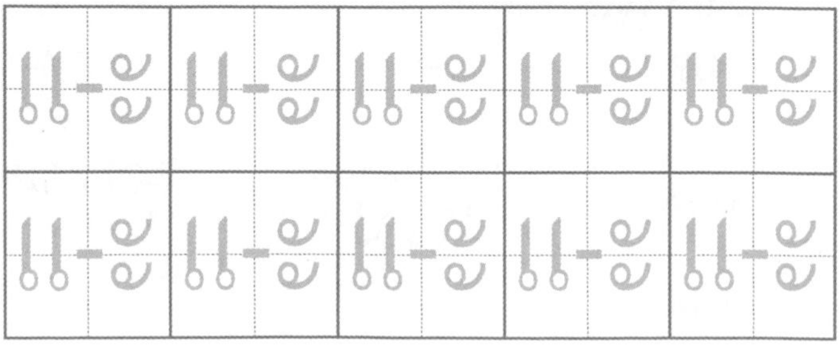

Step 3 讀單字，練習發音

輕碰、輕觸	แจะ	
音標	jàe	
碰、觸碰	แตะ	
音標	dtàe	
山羊	แพะ	
音標	páe	
與、和	และ	
音標	láe	
指導、指示；啟發、暗示	แนะ	
音標	náe	
順便、順路	แวะ	
音標	wáe	
介紹、推薦	แนะนำ	
音標	náe nam	
拜訪、探望	แวะเยี่ยม	
音標	wáe yîiam	
送壓歲錢	แต๊ะเอีย	
音標	dtáe-iia	
潮濕	แฉะ	
音標	chàe	
觸動、觸犯	แตะต้อง	
音標	dtàe dtông	
許多、眾多	แยะ	
音標	yáe	
啃、咬	แทะ	
音標	táe	
指路；啟發	แนะทาง	
音標	náe taang	

子音
母音
聲調與拼讀規則
前引字
特殊發音與符號
最常用的文法和句型
最常用的分類單字
最口語的日常短句會話

Unit 08 母音

TA01_79.MP3

แ- [ae]

Step 1 跟泰語老師學發音

發音方法〉

為長母音，中文裡無對應的音。音同羅馬拼音「ae」，但口型較「ae」音更大。發音時，音長而平。

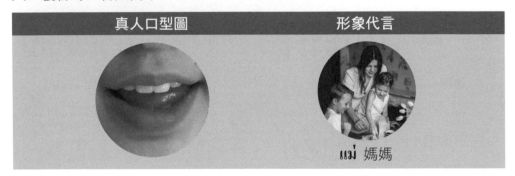

真人口型圖	形象代言
	 แม่ 媽媽

Step 2 看筆順圖片，動手寫一寫

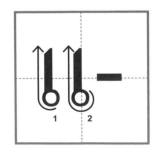

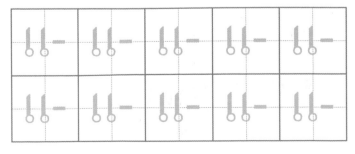

子音
母音
聲調與拼讀規則
前引字
特殊發音與符號
最常用的文法和句型
最常用的分類單字
最口語的日常短句會話

Step 3 讀單字，練習發音

光	แสง	但是；然而	แต่
音標	sǎeng	音標	dtàe
給予、給	แก่	真實；正牌；真正，純正	แท้
音標	gàe	音標	táe
紅色	แดง	僅僅、僅此	แค่
音標	daeng	音標	kâe
狹窄、狹小	แคบ	僅此、不過如此	แค่นี้
音標	kâep	音標	kâe née
地區、地帶	แถบ	浸、泡	แช่
音標	tàep	音標	châe
照顧	ดูแล	八	แปด
音標	doo lae	音標	bpàet
冷凍、冰鎮	แช่เย็น	情侶、戀人	แฟน
音標	châe yen	音標	faen

Unit

08 母音

TA01_80.MP3

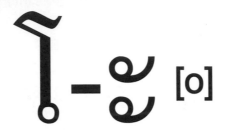

โ-ะ [o]

Step 1 跟泰語老師學發音

發音方法〉

為短母音，音同注音的「ㄛ」。發音時，音短而低。

真人口型圖	形象代言
	โต๊ะ 桌子

Step 2 看筆順圖片，動手寫一寫

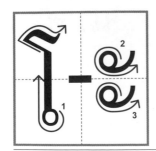

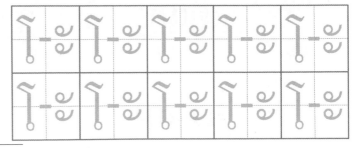

โ-ะ+尾音後，書寫會出現變形。如 โ-ะ+อ+ก= อก。

泰語的發音與筆順

簡介 泰語

知識 語音

子音

母音

規則 聲調與拼讀

前引字

與符號 特殊發音

文法和句型 最常用的

分類單字 最常用的

短句會話 最口語的日常

桌子	โต๊ะ
音標	dtó

敷、塗	โปะ
音標	bpò

浮箱；燈草	โป๊ะ
音標	bpó

（男性）我；頭髮	ผม
音標	pǒm

中式宴席	โต๊ะจีน
音標	dtó jeen

圓桌	โต๊ะกลม
音標	dtó glom

餐桌	โต๊ะอาหาร
音標	dtó aa hǎan

伊斯蘭教教師的尊稱	โต๊ะครู
音標	dtó kroo

決定；同意	ตกลง
音標	dtòk long

駁車；駁船	โป๊ะจ้าย
音標	bpó jâai

下雨	ฝนตก
音標	fǒn dtòk

雨	ฝน
音標	fǒn

掉、落；退、下降；落榜、沒考上	ตก
音標	dtòk

燈罩	โป๊ะไฟ
音標	bpó fai

Unit

08 母音

TA01_81.MP3

โ- [oh]

Step 1 跟泰語老師學發音

發音方法〉

為長母音，音同注音的「ㄛ」。發音時，音長而平。

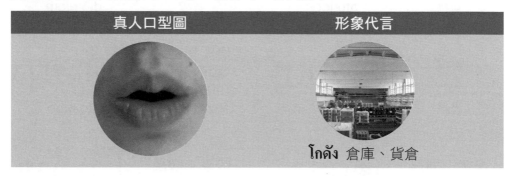

真人口型圖	形象代言
	 โกดัง 倉庫、貨倉

Step 2 看筆順圖片，動手寫一寫

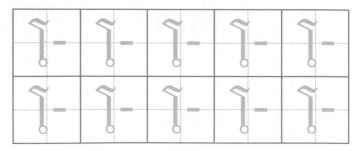

Step 3 讀單字，練習發音

（對海南籍僑商的稱呼）哥、兄	โก
音標	goh

倉庫、貨倉	โกดัง
音標	goh-dang

剃、削、刮	โกน
音標	gohn

燈；燈籠	โคม
音標	kohm

欺騙、說謊、撒謊	โกหก
音標	goh-hòk

剃頭、削髮	โกนผม
音標	gohn pŏm

檯燈	โคมไฟ
音標	kohm fai

生氣、惱怒	โกรธ
音標	gròht

霉運、倒楣	โชคร้าย
音標	chôhk ráai

運氣、財運	โชค
音標	chôhk

蘇打水	น้ำโซดา
音標	náam soh-daa

蘇打	โซดา
音標	soh-daa

好運、幸運	โชคดี
音標	chôhk dee

攻打、攻擊	โจมตี
音標	johm dtee

泰語簡介
語音知識
子音
母音
最常用的文法和句型
最常用的分類單字
最口語的日常短句會話

TA01_82.MP3

เ–าะ [or]

Step 1 跟泰語老師學發音

發音方法〉

為短母音，音類似注音的「ㄛ」，但發音時嘴型更加誇張。發音時，音短而低。

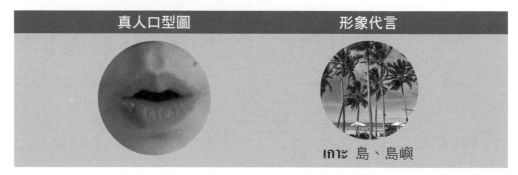

真人口型圖　　　　　　形象代言

เกาะ 島、島嶼

Step 2 看筆順圖片，動手寫一寫

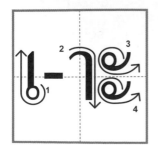

เ–าะ	เ–าะ	เ–าะ	เ–าะ	เ–าะ
เ–าะ	เ–าะ	เ–าะ	เ–าะ	เ–าะ

泰語 簡介

語音 知識

子音

母音

聲調與拼讀 規則

前引字

特殊發音 與符號

文法和句型 最常用的

分類單字 最常用的

短句會話 最口語的日常

Step 3　讀單字，練習發音

島、島嶼	เกาะ
音標	gòr

抽取；鑽	เจาะ
音標	jòr

卯（年）	เถาะ
音標	tòr

飛、飛天、騰空	เหาะ
音標	hòr

墊子、坐墊；輕輕	เบาะ
音標	bòr

（泰國的島嶼）象島	เกาะช้าง
音標	gòr-cháang

線索、蛛絲馬跡	เบาะแส
音標	bòr-săe

（泰國的島嶼）普吉島	เกาะภูเก็ต
音標	gòr poo-gèt

悅耳、動聽	ไพเราะ
音標	pai-rór

因、因為；悅耳、動聽	เพราะ
音標	prór

專門、專指、特殊；僅、限於	เฉพาะ
音標	chà-pór

嘲笑、譏笑	หัวเราะ
音標	hŭua rór

順耳、動聽	เพราะหู
音標	prór hŏo

專指、特指	เจาะจง
音標	jòr jong

Unit 08 母音

TA01_83.MP3

-อ [or]

Step 1 跟泰語老師學發音

發音方法〉

為長母音，音類似注音的「ㄛ」，但發音時嘴型更加誇張。發音時，音長而平。

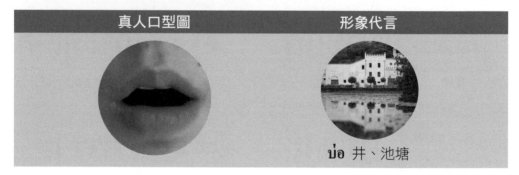

真人口型圖	形象代言
	 บ่อ 井、池塘

Step 2 看筆順圖片，動手寫一寫

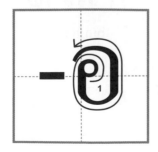

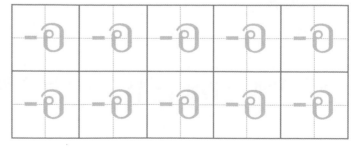

簡介 泰語

知識 語音

子音

母音

規則 聲調與拼讀

前引字

與符號 特殊發音

文法和句型 最常用的

分類單字 最常用的

短句會話 最口語的日常

Step 3 讀單字，練習發音

戌（年）； 布幕、螢幕	จอ
音標	jor

預定、預約	จอง
音標	jong

繼續、連續； 聯繫、連接	ต่อ
音標	dtòr

脖子、頸項、 嗓子；衣領	คอ
音標	kor

渴、口渴	คอแห้ง
音標	kor hâeng

喧鬧；擁擠	จอแจ
音標	jor-jae

金山、金礦	บ่อทอง
音標	bòr-tong

訂票	จองตั๋ว
音標	jong dtŭua

喜歡、愛、 好； 合乎、符合	ชอบ
音標	chôp

花朵； 帶花的	ดอก
音標	dòk

喜歡、滿意、 稱心	ชอบใจ
音標	chôp jai

相愛、相好	ชอบกัน
音標	chôp gan

花、鮮花	ดอกไม้
音標	dòk mái

繼續、接著、 接下來	ต่อไป
音標	dtòr bpai

08 母音

TA01_84.MP3

เ-อะ [oe]

Step 1 跟泰語老師學發音

發音方法〉

為短母音，音同注音的「ㄜ」。發音位置較為靠後，發音時，音短而低。

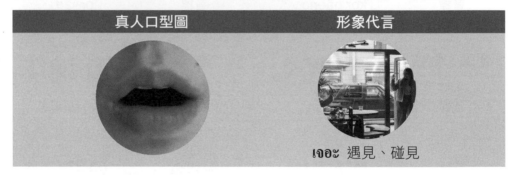

真人口型圖	形象代言

เจอะ 遇見、碰見

Step 2 看筆順圖片，動手寫一寫

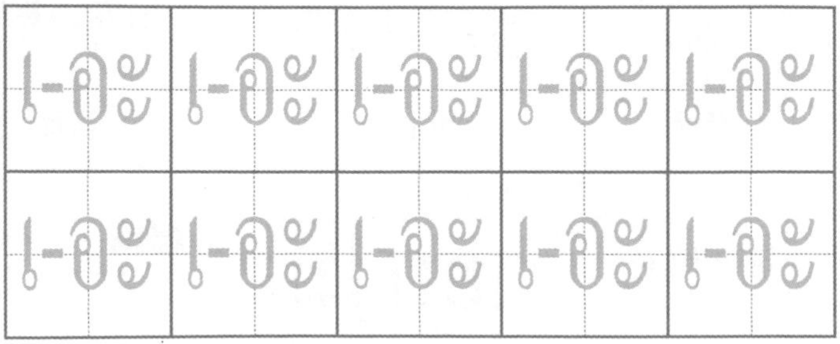

เ-อะ เ-อะ เ-อะ เ-อะ เ-อะ

เ-อะ เ-อะ เ-อะ เ-อะ เ-อะ

簡介 泰語

知識 語音

子音

母音

規則 聲調與拼讀

前引字

與符號 特殊發音

文法和句型 最常用的

分類單字 最常用的

短句會話 最口語的日常

Step 3 讀單字，練習發音

遇見、再見	เจอ
音標	jer

（語氣詞）吧	เถอะ
音標	tùh

巨大；遲鈍	เบอะ
音標	bùh

（表鄙視的威嘆詞）哇	เชอะ
音標	chay à

骯髒、污穢	เลอะเทอะ
音標	lúh túh

肥胖	เบอะบะ
音標	bùh-bà

黏稠；骯髒	เหนอะ
音標	nùh

髒、污穢	เลอะ
音標	lúh

亂紛紛	เฟอะฟะ
音標	fúh-fá

害羞	เคอะ
音標	kúh

腐爛；腐敗	เฟอะ
音標	fúh

黏糊糊	เหนอะหนะ
音標	nùh nà

Unit

08 母音

TA01_85.MP3

เ-อ [oe]

Step 1 跟泰語老師學發音

發音方法〉

為長母音，音同注音的「ㄜ」。發音位置較為靠後，發音時，音長而平。

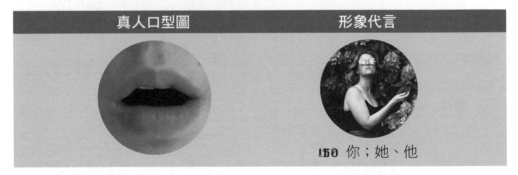

真人口型圖	形象代言
	เธอ 你；她、他

Step 2 看筆順圖片，動手寫一寫

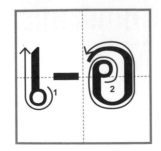

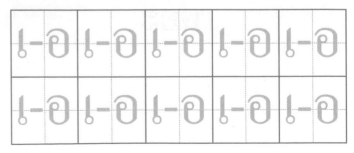

泰語的發音與筆順

簡介　泰語

知識　語音

子音

母音

規則　聲調與拼讀

前引字

與符號　特殊發音

文法和句型　最常用的

分類單字　最常用的

短句會話　最口語的日常

讀單字，練習發音

遇見、相見	เจอ
音標	jer

經常、常常	เสมอ
音標	sà-měr

號碼	เบอร์
音標	ber

學期	เทอม
音標	term

電錶	มิเตอร์
音標	mí-dtêr

遇見；相見	เจอ
音標	jer

櫃檯、收銀台	เคาน์เตอน์
音標	kao-dter

再見	เจอกัน
音標	jer gan

恍惚、放空	เหม่อลอย
音標	mèr loi

櫻桃	เชอรี่
音標	cher-rêe

裝無辜	เหลอ
音標	lěr

拔、拉	เย่อ
音標	yêr

提議、建議	เสนอ
音標	sà-něr

笨、愚蠢	เซ่อ
音標	sêr

Unit 08 母音

TA01_86.MP3

เ◌ีย [ia]

Step 1 跟泰語老師學發音

發音方法〉

為長母音，音同注音的「ㄚ」。發音時，音長而平。

編註 此母音另有同發音但為短母音的「เ◌ียะ [ia]」，因現今已鮮少使用，故僅在此簡單略提，當遇到時，發出音短而低的音即可。

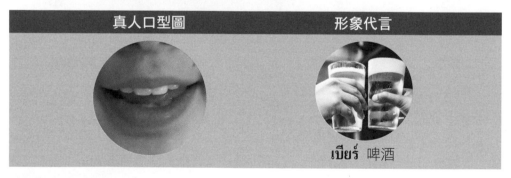

真人口型圖	形象代言
	 เบียร์ 啤酒

Step 2 看筆順圖片，動手寫一寫

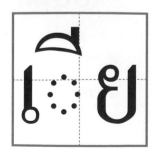

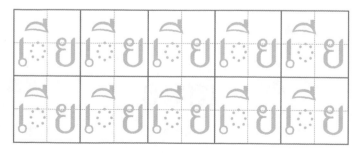

Step
3 讀單字，練習發音

泰語的發音與筆順

泰語 簡介

語音 知識

子音

母音

聲調與拼讀 規則

前引字

特殊發音 與符號

最常用的 文法和句型

最常用的 分類單字

最口語的日常 短句會話

老婆	เมีย	矮；小；低	เตี้ย
音標	miia	音標	dtîia

床	เตียง	學、學習	เรียน
音標	dtiiang	音標	riian

浪費時間	เสียเวลา	變質；損壞；去世；花費	เสีย
音標	sǐia way-laa	音標	sǐia

遺憾、惋惜	เสียดาย	傷心	เสียใจ
音標	sǐia daai	音標	sǐia jai

聲音、聲響	เสียง	拉肚子	ท้องเสีย
音標	sǐiang	音標	tóng sǐia

讚；拜訪、探望	เยี่ยม	發音、出聲	ออกเสียง
音標	yîiam	音標	òk sǐiang

丟臉、丟人	เสียหน้า	去世、逝世	เสียชีวิต
音標	sǐia nâa	音標	sǐia chee-wít

Unit 08 母音

TA01_87.MP3

เ◌ือ [ua]

Step 1 跟泰語老師學發音

發音方法〉

為長母音，此拼音在中文裡無對應的發音。發音時將等同注音的「ㄜ」與「ㄚ」結合念出。發音時，音長而平。

編註 此母音另有同發音但為短母音的「เ◌ือะ [eua]」，因現今已鮮少使用，故僅在此簡單略提，當遇到時，發出音短而低的音即可。

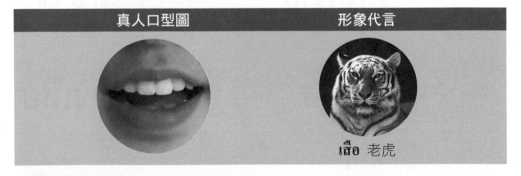

真人口型圖	形象代言
	เสือ 老虎

Step 2 看筆順圖片，動手寫一寫

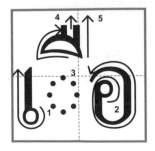

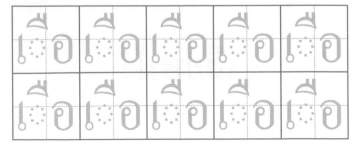

Step 3 讀單字，練習發音

船	เรือ
音標	reuua

事情、事件	เรื่อง
音標	rêuuang

鹽	เกลือ
音標	gleuua

北部、北方；在…之上	เหนือ
音標	nĕuua

關心、照顧、惠顧	เอื้อ
音標	êuua

煩、厭煩	เบื่อ
音標	bèuua

慷慨、幫助、援助	เอื้อเฟื้อ
音標	êuua féuua

厭食	เบื่ออาหาร
音標	bèuua aa-hăan

月份	เดือน
音標	deuuan

豬肉	เนื้อหมู
音標	néuua mŏo

幾乎、將近	เกือบ
音標	gèuuap

下個月	เดือนหน้า
音標	deuuan nâa

雞肉	เนื้อไก่
音標	néuua gài

肉；牛肉	เนื้อ
音標	néuua

簡介 泰語
知識 語音
子音
母音
規則 聲調與拼讀
前引字
與符號 特殊發音
文法和句型 最常用的
分類單字 最常用的
短句會話 最口語的日常

Unit 08 母音

TA01_88.MP3

◌ัว [ua]

Step 1 跟泰語老師學發音

發音方法〉

為長母音，發音同注音裡的「ㄨㄚ」。發音時，音長而平。

編註 此母音另有同發音但為短母音的「◌ัวะ [ua]」，因現今已鮮少使用，故僅在此簡單略提，當遇到時，發出音短而低的音即可。

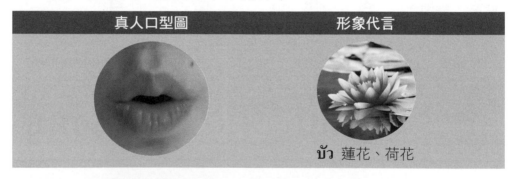

真人口型圖	形象代言
	บัว 蓮花、荷花

Step 2 看筆順圖片，動手寫一寫

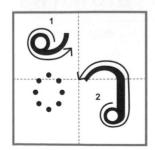

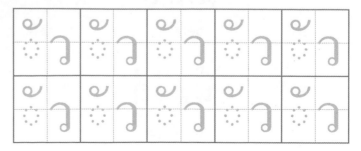

Step 3 讀單字，練習發音

白蓮花	บัวขาว	音標 buua kăao
（動物）黃牛	วัว	音標 wuua
老公	ผัว	音標 pŭua
邀請、邀約	ชวน	音標 chuuan
代表	ตัวแทน	音標 dtuua taen
自己、自身；（量詞）個、件	ตัว	音標 dtuua
模糊、朦朧；沉迷、迷戀	มัว	音標 muua
自己、自身、親自	ตัวเอง	音標 dtuua eng
豆、豆子	ถั่ว	音標 tùua
至於；部分	ส่วน	音標 sùuan
壞、惡劣；整個、全部	ชั่ว	音標 chûua
綠豆	ถั่วเขียว	音標 tùua kĭieow
私人、個人	ส่วนตัว	音標 sùuan dtuua
迷戀、迷醉、沉迷	มัวเมา	音標 muua mao

子音
母音
聲調與拼讀規則
前引字
特殊發音與符號
最常用的文法和句型
最常用的分類單字
最口語的日常短句會話

Unit

08 母音

TA01_89.MP3

◌ำ [am]

Step 1 跟泰語老師學發音

發音方法〉

這個音是短母音，中文拼音中無對應的發音。發音時是將注音「ㄚ」與英文的 m 組合音。由「ㄚ」向 m 滑動，舌身平放後縮，發音短促。但念讀時是依照長母音的規則發音。

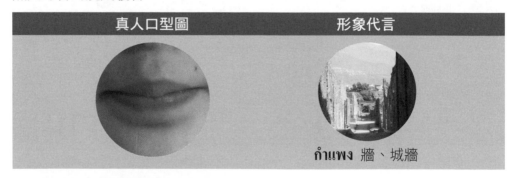

真人口型圖	形象代言
	 กำแพง 牆、城牆

Step 2 看筆順圖片，動手寫一寫

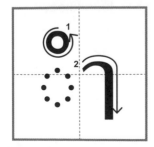

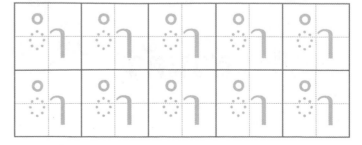

Step
3 讀單字，練習發音

泰語的發音與筆順

簡介 泰語

知識 語音

子音

母音

規則 聲調與拼讀

前引字

與符號 特殊發音

文法和句型 最常用的

分類單字 最常用的

短句會話 最口語的日常

握	กำ
音標	gam

黑、黑色	ดำ
音標	dam

生字、詞彙；詞性	คำ
音標	kam

舞、舞蹈	รำ
音標	ram

消除、處理	กำจัด
音標	gam-jàt

把手握起來	กำมือ
音標	gam meu

出身、出生	กำเนิด
音標	gam-nèrt

管理；監督、指揮	กำกับ
音標	gam-gàp

話、話語；言語	คำพูด
音標	kam pôot

付、清算	ชำระ
音標	cham-rá

踩、踏；敲、打	ย่ำ
音標	yâm

涼拌	ยำ
音標	yam

名詞	คำนาม
音標	kam naam

力量、力氣；武力；兵力；正在…、在…	กำลัง
音標	gam-lang

Unit
08 母音

TA01_90.MP3

ไ- [ai]

Step 1 跟泰語老師學發音

發音方法〉

這個音是短母音，發音同注音的「ㄞ」。音長而平。念讀時依照長母音的規則發音。

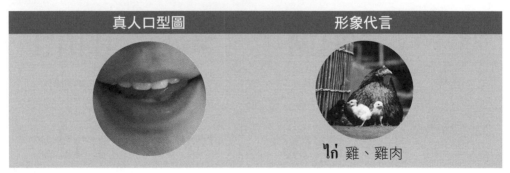

真人口型圖	形象代言
	 ไก่ 雞、雞肉

Step 2 看筆順圖片，動手寫一寫

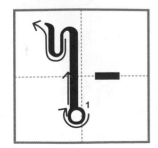

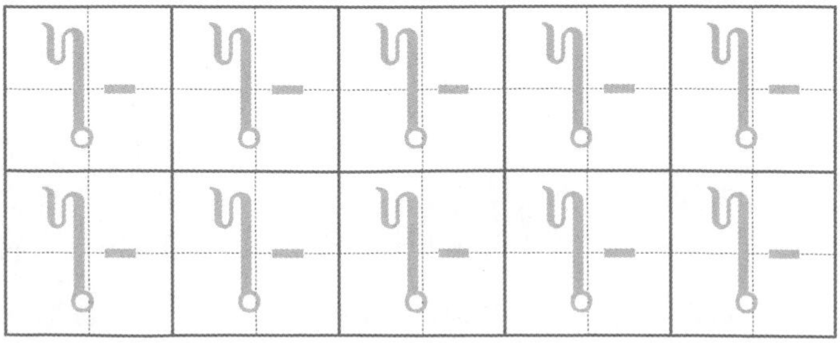

簡介 泰語

知識 語音

子音

母音

規則 聲調與拼讀

前引字

與符號 特殊發音

文法和句型 最常用的

分類單字 最常用的

短句會話 最口語的日常

Step 3　讀單字，練習發音

火	ไฟ
音標	fai

不	ไม่
音標	mâi

林、樹林	ไม้
音標	mái

短缺、貧乏；無、沒有	ไร้
音標	rái

可以吃	กินได้
音標	gin dâai

電；燈	ไฟฟ้า
音標	fai fáa

即、就是	ได้แก่
音標	dâai gàe

得到；到，來臨；（助動詞）了，過（表已完成）；能夠，可以	ได้
音標	dâai

哪兒、哪裡	ไหน
音標	năi

泰國；泰族；自主、自由、獨立	ไทย
音標	tai

去哪裡	ไปไหน
音標	bpai năi

去、走	ไป
音標	bpai

泰語	ภาษาไทย
音標	paa-săa tai

出名、聞名	ได้ชื่อ
音標	dâi chêu

Unit

08 母音

TA01_91.MP3

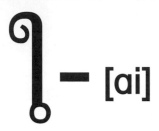

ไ- [ai]

Step 1 跟泰語老師學發音

發音方法〉

這個音是短母音，發音同注音的「ㄞ」。音長而平。念讀時依照長母音的規則發音。

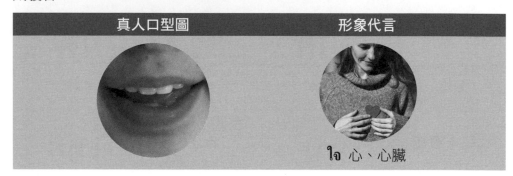

真人口型圖	形象代言
	 ใจ 心、心臟

Step 2 看筆順圖片，動手寫一寫

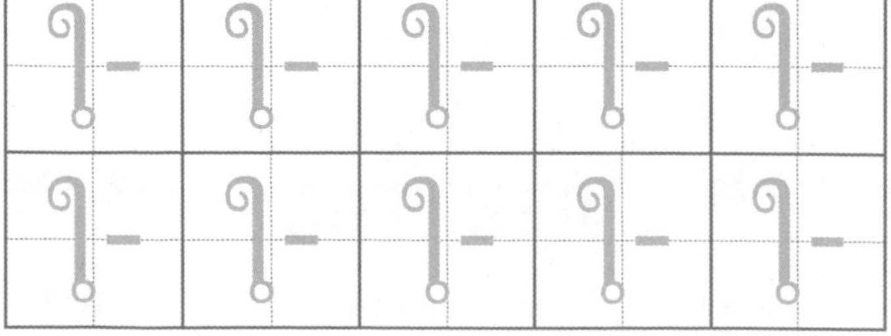

Step 3 讀單字，練習發音

簡介 泰語

知識 語音

子音

母音

規則 聲調與拼讀

前引字

與符號 特殊發音

文法和句型 最常用的

分類單字 最常用的

短句會話 最口語的日常

心、心臟；心靈	ใจ
音標	jai

什麼；哪個	ใด
音標	dai

南部、南方；在…之上	ใต้
音標	dtâi

給、給予；讓、使	ให้
音標	hâi

樹葉	ใบไม้
音標	bai mái

葉子；（量詞）頂	ใบ
音標	bai

勇敢、大膽	ใจกล้า
音標	jai glâa

茶葉	ใบชา
音標	bai chaa

用、使用；實施、頒行；償還	ใช้
音標	chái

善良、好心；慷慨	ใจดี
音標	jai dee

傭人	คนใช้
音標	kon chái

支出、開銷	ใช้จ่าย
音標	chái jàai

是、對	ใช่
音標	châi

中心、中央	ใจกลาง
音標	jai glaang

Unit

08 母音

TA01_92.MP3

เ-า [ɑo]

Step 1 跟泰語老師學發音

發音方法〉

這個音是短母音，發音同注音的「ㄠ」。發音時，音素靠後，音長而平。念讀時依長母音的規則發音。

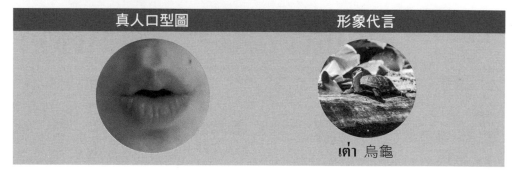

真人口型圖	形象代言
	 เต่า 烏龜

Step 2 看筆順圖片，動手寫一寫

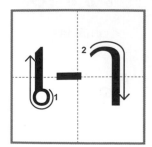

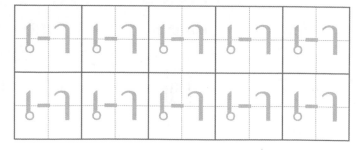

Step 3 讀單字，練習發音

爐子	เตา	我、我們	เรา
音標	dtao	音標	rao
講述、陳述	เล่า	她、他；她們、他們	เขา
音標	lâo	音標	kăo
暈車	เมารถ	熨斗	เตารีด
音標	mao rót	音標	dtao rêet
酒醉	เมาเหล้า	醉；入迷、迷戀；昏迷、暈	เมา
音標	mao lâo	音標	mao
輕輕地	เบา	討好、取悅	เอาใจ
音標	bao	音標	ao jai
旗桿	เสาธง	桿子；柱子	เสา
音標	săo tong	音標	săo
巴結	เอาหน้า	拿、取；帶領；要、需要	เอา
音標	ao nâa	音標	ao

最常用的文法和句型
最常用的分類單字
最口語的日常短句會話

Unit

TA01_93.MP3

ฤ [rèu]

Step 1 跟泰語老師學發音

發音方法〉

為短母音。中文裡無相對應的發音。發音時以彈舌音念出「囉（ruo）」再加上注音的「ㄜ」。發音時，音短並抬高舌位；聲調為從下往上的一個升調。

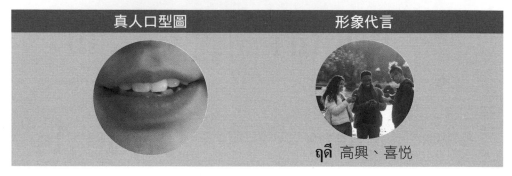

真人口型圖	形象代言
	 ฤดี 高興、喜悅

Step 2 看筆順圖片，動手寫一寫

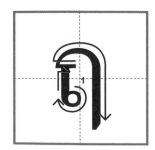

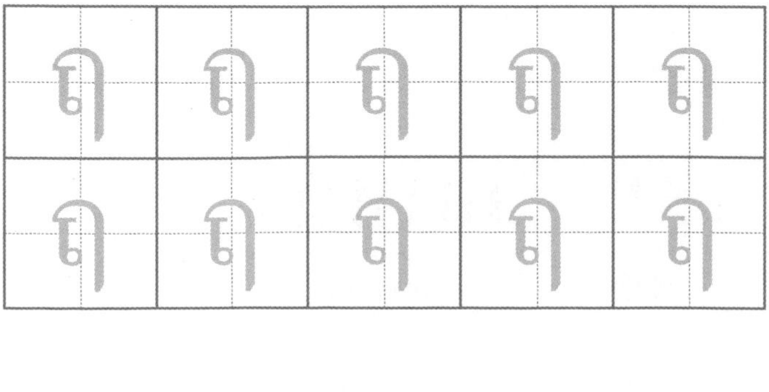

泰語的發音與筆順

簡介 泰語

知識 語音

子音

母音

規則 聲調與拼讀

前引字

與符號 特殊發音

文法和句型 最常用的

分類單字 最常用的

短句會話 最口語的日常

讀單字，練習發音

季節	ฤดู
音標	réu-doo

吉時	ฤกษ์
音標	rêrk

高興、喜悅	ฤดี
音標	réu-dee

行為	พฤติกรรม
音標	préut-dtì-gam

秋天、秋季	ฤดูใบไม้ร่วง
音標	réu-doo bai mái rûuang

春天、春季	ฤดูใบไม้ผลิ
音標	réu-doo bai mái plì

冬天、冬季	ฤดูหนาว
音標	réu-doo năao

夏天、夏季	ฤดูร้อน
音標	réu-doo rón

十一月	พฤศจิกายน
音標	préut-sà-jì-gaa-yon

旱季	ฤดูแห้ง
音標	réu-doo hâeng

星期四	พฤหัสบดี
音標	pá-réu-hàt-sà-bor-dee

五月	พฤษภาคม
音標	préut-sà-paa kom

季節、時節	ฤดูกาล
音標	réu-doo gaan

雨季	ฤดูฝน
音標	réu-doo fŏn

ฤๅ [reu]

Step 1 跟泰語老師學發音

發音方法〉

為長母音。中文裡無相對應的發音。發音時以彈舌音念出「囉（ruo）」再加上注音的「ㄜ」。發音時，音長而平。

真人口型圖	形象代言

ฤๅษี 修士、隱士

Step 2 看筆順圖片，動手寫一寫

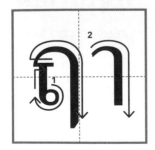

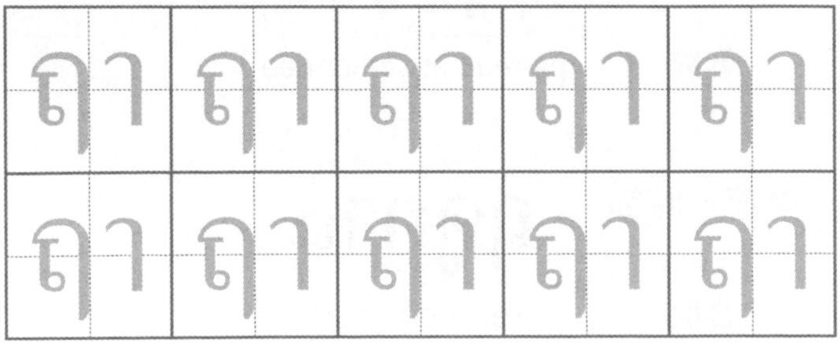

ฤๅ	ฤๅ	ฤๅ	ฤๅ	ฤๅ
ฤๅ	ฤๅ	ฤๅ	ฤๅ	ฤๅ

泰語的發音與筆順

泰語 簡介

語音 知識

子音

母音

聲調與拼讀 規則

前引字

特殊發音 與符號

最常用的 文法和句型

最常用的 分類單字

最口語的日常 短句會話

Step 3 讀單字，練習發音

不、非	ฤๅ
音標	reu

修士、隱士	ฤๅษี
音標	reu-sĕe

正直；老實；正確	ฤๅชุ
音標	reu chú

高興、喜悅	ฤๅดี
音標	reu dee

心靈、心情、感情	ฤๅทัย
音標	reu tai

陛下；大人	ฤๅสาย
音標	reu sǎai

Unit 09 聲調與拼讀規則

一、聲調

　　中文和泰語都屬於漢藏語系，聲調是漢藏語系語言的共同特點之一。泰語共有 5 個聲調，4 個聲調符號，第一聲調沒有聲調符號，泰語的聲調符號依次為：◌่、◌้、◌๊、◌๋。

1　聲調符號的名稱

聲調	聲調名稱	音標	聲調符號	聲調符號名稱
第一聲調	เสียงสามัญ	sǐiang sǎa-man	無	無
第二聲調	เสียงเอก	sǐiang èk	◌่	ไม้เอก 音標：mái èk
第三聲調	เสียงโท	sǐiang toh	◌้	ไม้โท 音標：mái toh
第四聲調	เสียงตรี	sǐiang dtree	◌๊	ไม้ตรี 音標：mái dtree
第五聲調	เสียงจัตวา	sǐiang jàt-dtà-waa	◌๋	ไม้จัตวา 音標：mái jàt-dtà-waa

2　聲調符號的調值

　　語言學家使用「五度標記法」標記調值的音高。為了更明確地瞭解泰語聲調的調值，我們用中文和泰語普通話聲調調值的音高做一個對比，如下表。

泰語簡介
語音知識
子音
母音
聲調與拼讀規則
前引字
特殊發音與符號
最常用的文法和句型
最常用的分類單字
最口語的日常短句會話

中泰聲調對比

普通話聲調	調值	泰語聲調	調值
陰平	55	第一聲調	33
陽平	35	第二聲調	21
上聲	214	第三聲調	51
去聲	51	第四聲調	45
輕聲	21	第五聲調	215

我們可以看出，中文裡的去聲和泰語第三聲調調值相同；中文裡的陰平和泰語第一個聲調雖然音高不同，但是都屬於平聲。其他調值間存在有很大差異，需通過不斷地模仿對比，才能發出準確的泰語聲調。

3 聲調符號的位置

一般情況下，聲調符號位於子音的右上角，如 ก่า、ก้า、ก๊า、ก๋า；子音為複合子音時，聲調符號位於第二個子音右上角，如 คล้าย、ใคร่；子音右上角有母音時，聲調符號位於母音的右上角，如 จี่、มื้อ、ตั๋ว。

4 聲調符號的寫法

聲調符號	符號寫法
◌่	一筆，從上往下畫短短的一豎。
◌้	一筆，順時針畫一個圈，封口處順勢打一個（√）。
◌๊	一筆，順時針畫一個圈，封口處從下往上畫一個花瓣的形狀，最後從下往上向右上角畫一條尾巴，尾角對應右上角傾斜45度。
◌๋	兩筆，寫一個加號。

二、拼讀規則

泰語的拼讀規則稍顯複雜，是由子音類型及音節類型決定的。中、高、低子音與開音節和閉音節的拼讀規則各有不同。

1 子音與開音節的拼讀規則

開音節即以母音字母結尾的音節，例如：กา、ปี่、จะ、ธุระ、นาฬิกา。開音節發音時，氣息流暢，不受發音器官阻礙。

（1）中子音與開音節

中子音與長母音、特殊母音相拚能拼出5個聲調。中子音與短母音相拚時發第二聲調，一般沒有聲調符號，少數音節帶有聲調符號，這些音節一般為語氣詞或外來詞，例如：จ้า（語氣詞）、โต๊ะ（桌子）。

聲調 / 發音	第一聲調	第二聲調	第三聲調	第四聲調	第五聲調
中子音與長母音	กา	ก่า	ก้า	ก๊า	ก๋า
音標	gaa	gàa	gâa	gáa	gǎa
中子音與短母音		กะ			
音標		gà			

（2） 高子音與開音節

高子音與長母音相拼可以拼出3個聲調，即第二聲調、第三聲調及第五聲調。高子音與短母音相拼只可以拼出一個聲調，即第二聲調。

聲調 發音	第一聲調	第二聲調	第三聲調	第四聲調	第五聲調
高子音與長母音		ข่า	ข้า		ขา
音標		kàa	kâa		kǎa
高子音與短母音		ขะ			
音標		kà			

（3） 低子音與開音節

低子音與長母音相拼可以拼出3個聲調，即第一聲調、第三聲調及第四聲調。低子音與短母音相拼只能拼出第四聲調，少數音節帶聲調符號，一般為語氣詞，例如：ค่ะ（表示禮貌的尾詞）。

聲調 發音	第一聲調	第二聲調	第三聲調	第四聲調	第五聲調
低子音與長母音	คา		ค่า	ค้า	
音標	kaa		kâa	káa	
低子音與短母音				คะ	
音標				ká	

子音
母音
聲調與拼讀規則
前引字
特殊發音與符號
最常用的文法和句型
最常用的分類單字
最口語的日常短句會話

2　子音與閉音節的拼讀規則

閉音節即以子音字母結尾的音節，例如：กาง、จาน、ปาม、กัด、จับ、ปาก。閉音節發音時，氣流受到發音器官阻礙，因此也叫塞音。

（1）中子音與閉音節

中子音加母音加清尾音，可以拼出 5 個聲調。中子音加濁尾子音只能拼出一個聲調，即第二聲調。

聲調 發音	第一聲調	第二聲調	第三聲調	第四聲調	第五聲調
中子音、母音加清尾音（以น為例）	กาน กัน	ก่าน กั่น	ก้าน กั้น	ก๊าน กั๊น	ก๋าน กั๋น
音標	gaan gan	gàan gàn	gâan gân	gáan gán	gǎan gǎn
中子音、母音加濁尾音（以ก為例）		กาก กัก			
音標		gàak gàk			

（2）高子音與閉音節

高子音與母音加清尾音，可以拼出3個聲調，即第二聲調、第三聲調及第五聲調。高子音、母音加濁尾音，只能拼出一個聲調，即第二聲調。

聲調與拼讀規則
前引字
最常用的文法和句型
最常用的分類單字
最口語的日常短句會話

聲調 / 發音	第一聲調	第二聲調	第三聲調	第四聲調	第五聲調
高子音、母音加清尾音（以น為例）		ข่าน ขั่น	ข้าน ขั้น		ขาน ขัน
音標		kàan kàn	kâan kân		kǎan kǎn
高子音、母音加濁尾音（以ก為例）		ขาก ขัก			
音標		kàak kàk			

（3）低子音與閉音節

低子音、母音加清尾音，可以拼出3個聲調，即第一聲調、第三聲調和第四聲調。低子音、母音加濁尾音，能拼出兩個聲調，即第三聲調和第四聲調。

聲調	第一聲調	第二聲調	第三聲調	第四聲調	第五聲調
低子音、母音加清尾音（以น為例）	คาน คัน		ค่าน คั่น	ค้าน คั้น	
音標	kaan kan		kâan kân	káan kán	
低子音、母音加濁尾音（以ก為例）			คาก คั่ก	ค้าก คัก	
音標			kâak kâk	káak kák	

Unit
10 前引字

　　前引字是被引音節前的子音。例如 สวัส，子音 ส 在音節 วัด 之前，因此子音 ส 是前引字，音節 วัส 是被引音節。部分低子音能夠在高子音中找到同音素的子音。歸納如下表。

音標	高子音	低子音
k	ข ฃ	ค ฅ ฆ
ch	ฉ	ช ฌ
s	ศ ษ ส	ซ
t	ฐ ถ	ฑ ฒ ท ธ
p	ผ	พ ภ
f	ฝ	ฟ
h	ห	ฮ

　　這些能在高子音中找到相同音素子音的低子音，被稱為偶低子音。反之，在高子音中無對應音素子音的低子音，被稱為奇低子音。如 ง น（ณ）、ม ย（ญ）、ว ร ล（ฬ）等。

　　偶低子音與同音素的高子音拼讀時可以彌補各自在聲調上的不足，綜合起來能夠拼出5個聲調。如下表。

第一聲調中的低子音	第二聲調中的高子音	第三聲調中的低子音與高子音	第四聲調中的低子音	第五聲調中的高子音
คา	ข่า	ค่า / ข้า	ค้า	ขา
kaa	kàa	kâa · kâa	káa	kăa
ชา	ฉ่า	ช่า / ฉ้า	ช้า	ฉา
chaa	chàa	châa châa	cháa	chăa
ทา	ถ่า	ท่า / ถ้า	ท้า	ถา
taa	tàa	tâa · tâa	táa	tăa
พา	ผ่า	พ่า / ผ้า	พ้า	ผา
paa	pàa	pâa · pâa	páa	păa
ฟา	ฝ่า	ฟ้า / ฝ้า	ฟ้า	ฝา
faa	fàa	fáa · fâa	fáa	făa
ซา	ส่า	ซ่า / ส้า	ซ้า	สา
saa	sàa	sâa · sâa	sáa	săa
ฮา	ห่า	ฮ่า / ห้า	ฮ้า	หา
haa	hàa	hâa · hâa	háa	hăa

1 規則的前引字

泰語中，奇低子音音節只能拼讀第一、第三和第四聲調，無法拼出第二和第五聲調。

如何使奇低子音也能夠拼出 5 個聲調？前引字可以解決這一問題。

前引字位於奇低子音音節之前，能夠改變奇低子音音節原有的拼讀規則，使被引音節按照前引字所屬子音的拼讀規則拼讀。前引字既可以是中子音、也可以是高子音。

泰語簡介
語音知識
子音
母音
聲調與拼讀規則
前引字
特殊發音與符號
最常用的文法和句型
最常用的分類單字
最口語的日常短句會話

（1） **以中子音作為前引字**

當中子音作為前引字時，被引音節按照中子音拼讀規則拼讀。常見的中子音前引字有：อ、ก、ต、จ。

（2） **以高子音作為前引字**

當高子音作為前引字時，被引音節按照高子音拼讀規則拼讀。常見的高子音前引字有：ข、ฉ、ถ、ผ、ฝ、ส。

2 **不發音的前引字**

（1） อ

以 อ 作為不發音前引字的詞彙只有4個，按照中子音的拼讀規則拼讀。

泰語	前引字	被引音節	音標	意思
อย่าง	อ	ย่าง yâang	yàang	樣子
อย่า	อ	ย่า yâa	yàa	不要、別
อยู่	อ	ยู่ yôo	yòo	在、正在
อยาก	อ	ยาก yâak	yàak	想、想要

泰語的發音與筆順

簡介 泰語

知識 語音

子音

母音

規則 聲調與拼讀

前引字

與符號 特殊發音

文法和句型 最常用的

分類單字 最常用的

短句會話 最口語的日常

（2） ห

以 ห 作為不發音前引字的詞彙直接按照高子音的拼讀規則拼讀。

泰語	前引字	被引音節	音標	詞義
ไหม	ห	ไม mai	mǎi	嗎
หนู	ห	นู noo	nǒo	老鼠

3 發音的前引字

前引字需要與 ะ 相拚，被引音節按照前引字所屬子音的拼讀規則拼讀。需要注意的是，อ 既可以作為不發音的前引字，也可以作為發音的前引字。

泰語	前引字	被引音節	音標	詞義
องุ่น	อ 中子音	งุ่น ngûn	à-ngùn	葡萄
จมูก	จ 中子音	มูก môok	jà-mòok	鼻子
ขยะ	ข 高子音	ยะ yá	kà-yà	垃圾

⚠️ 如何判斷當 อ 作為前引字時，什麼時候不發音？又什麼時候發音？只需要熟記，อ 作為不發音前引字涉及的單字只有4個，即 อย่าง、อยู่、อย่า อยาก，除了這4個單字以外，อ 作為前引字的單詞都是發音的前引字。

4 不規則的前引字

從結構看，不規則的前引字音節可以分為兩類。第一類，前引字為低子音，被引音節為任意音節；第二類，前引字為中子音或高子音，被引音節不是奇低子音音節。拼讀時，前引字與母音 ะ 相拼，但被引音節的拼讀規則不改變。這樣被引音節不改變拼讀規則的前引字音節叫作假前引字音節。音節中的前引字被稱為假前引字。

219

泰語	前引字	被引音節	音節類型	音標	詞義
ปฏิบัติ	ป 中子音	ฏิบัติ dtì-bàt	中子音 音節	bpà-dtì-bàt	操作、 執行
อดีต	อ 中子音	ดีด dèet	中子音 音節	à-dèet	從前
เฉพาะ	ฉ 高子音	เพาะ pór	偶低子音 音節	chà-pór	特別是、 尤其
สบาย	ส 高子音	บาย/ baai	中子音 音節	sà-baai	舒服
ทหาร	ท 低子音	หาร hǎan	高子音 音節	tá-hǎan	士兵、 軍人
นคร	น 低子音	คอน kon	偶低子音 音節	ná-kon	城市
ชนะ	ช 低子音	นะ ná	奇低子音 音節	chá-ná	勝利

Unit

11 特殊發音與符號

一、特殊讀法

之前提到常規拼讀規則不適用於泰語中出現的梵文、巴利文和高棉文，有特殊的讀法，主要規則歸納如下。

類別	特殊組合	音標	重點提示	例詞	讀音	音標
ร作母音	รร	ron	在音節中作為母音，後面不接尾音時，將第一個ร視為ะ，第二個ร視為尾音น的子韻尾。	บรรจุ 裝載	บันจุ	ban jù
	รร	ron	在音節中作母音，後面有尾子音時，將รร視為ะ。	ธรรม 佛法	ธัม	tam
	ร	on	在音節中單獨作為母音時，將ร視為-อน。	กร …工作者	กอน	gon
ร不發音	ทร	ton	在音節中作子音時讀ซ，按照低子音拼讀規則拼讀。	ทราย 沙	ซาย	saai
	สร	sŏn	在音節中作子音時讀ส，按照高子音拼讀規則拼讀。	สร้าง 建	ส้าง	sâang
子音與อ	บ	bor	單獨出現在音節之前讀บอ。	บริการ 服務	บอริ กาน	bor rí gaan
相拼	จ	jor	單獨出現在音節之前讀จอ。	จระเข้ 鱷魚	จอ ระ เข้	jor rá kây

子音
母音
聲調與拼讀規則
前引字
特殊發音與符號
最常用的文法和句型
最常用的分類單字
最口語的日常短句會話

續表

類別	特殊組合	音標	重點提示	例詞	讀音	音標
ฤ 的讀法	ฤ	rêr	讀 เรอ	ฤกษ์ 吉日	เริก	rêrk
	ฤ	rì	讀 ริ	อังกฤษ 英語；英國	อัง กริด	ang grìt
	ฤ	réu	讀 รึ	พฤษภาคม 五月	พรึด สะ ภา คม	préut- sà-paa kom

以上是常見的特殊讀法，當遇到拼寫複雜的泰語單詞，不確定應該怎麼讀時，需要求助泰語字典。有的泰語單字，也有多種讀法，有時詞義隨著讀音的改變而改變，有時雖然一詞多種讀法，但詞義不變。

二、常用符號

泰語符號	符號名稱	功能	示例
◌์	棄音符號	位於子音右上角，一般出現在泰語的外來詞彙中。有標註棄音符號的字母不發音。	กีตาร์ 吉他（讀作 gee-dtâa） ร์ 部分不發音（這是英語的外來語，故拼讀規則與泰語有所不同）
ๆ	重複符號	位於某詞之後，表示念讀時需要再讀一次，表示程度深、數量多	ดี 好（讀作 dee） ดี ๆ 很好（加重複符號讀作：dee dee）意思是「很好」。與原本一個詞彙時相比，程度上更加強調。

續表

泰語符號	符號名稱	功能	示例
ฯ	簡略符號	置於某詞之後，表示簡略寫法。	กรุงเทพ ฯ 曼谷（讀作 grung têp） 曼谷的全稱長達142個字母，是世界上名字最長的城市。為了便於稱呼，一般只簡稱為grung têp，意思為「天使之城」。
◌็	短音符號	置於子音上方，用於表示該音節的長母音變為短母音。	เก็บ 保守、儲、儲藏、存 該詞由子音ก + 母音เ-ะ + 尾子音-บ組成，（讀作 gèp）。
ฯลฯ	省略符號	置於句尾，表示省略，與中文裡的「等等」、「…」功能相同。	คุณหลี่ซื้อของมากมาย มีน้ำ น้ำมัน ข้าว กับข้าว ฯลฯ 小李買了很多東西，有水、油、大米、菜等等。
.	縮寫符號	位於子音之後，表示為縮寫。	曼谷被稱為กรุงเทพ ฯ（grung têp），以外，還被稱為กรุงเทพมหานคร（grung têp má-hăa ná-kon），มหานคร（má-hăa ná-kon）意為偉大的城市。泰語中簡寫的形式為保留音節首的字母。กรุงเทพมหานคร略縮寫為กทม.，念讀時，讀子音字母，讀作 ก（gor）、ท（tor）、ม（mor）。

泰語的發音與筆順
簡介泰語
知識語音
子音
母音
前引字
特殊發音與符號
最常用的文法和句型
最常用的分類單字
最口語的日常短句會話

2

文法課
最常用的文法和句型

Unit
01 基礎文法

一、名詞

　　名詞是詞類的一種，屬於實詞。它可以指具體的人、事、物、時間、地點，也可以指抽象的概念。

　　泰語名詞分為普通名詞、專有名詞、量詞和 การ- ความ- 合成的名詞。

1 普通名詞

　　普通名詞是一類人、物或一個抽象概念的名稱。普通名詞又可以分為五大類，即個體名詞、集體名詞、物質名詞、抽象名詞及複合名詞。

普通名詞類型	定義	例詞	詞義
個體名詞	表示單個的人和事物。	โต๊ะ	桌子
集體名詞	表示一群人或一些事物的名稱。	ครอบครัว	家庭
物質名詞	表示物質或不具備確定形狀和大小的個體的物質。	อากาศ	天氣
抽象名詞	表示動作、狀態、品質或其他抽象概念。	ชีวิต	生活；生命
複合名詞	兩個或兩個以上名詞連在一起構成的名詞。	แพทย์หญิง	女醫生

泰語的發音與筆順

簡介 泰語

知識 語音

子音

母音

聲調與拼讀 規則

前引字

特殊發音 與符號

文法和句型 最常用的

最常用的 分類單字

最口語的日常 短句會話

2　專有名詞

專有名詞一般用來表示特定的地名、人名、職務、組織、機構、時間等。例如：

เชียงใหม่ 清邁　　　　　　　　สมคิด（人名）頌逖

นายกรัฐมนตรี 總理　　　　　　กระทรวงศึกษาธิการ 教育部

๒ทุ่ม 晚上8點

3　量詞

在泰語中，量詞是歸於名詞大項裡。量詞是用來表示人、事物或動作的數量單位的詞。有量詞是泰語和中文的共同點之一。量詞不能單獨使用，一定要與數詞搭配組成一個數量短句，即被修飾語＋數量短句。泰語中的量詞很豐富，可以分為名量詞和動量詞兩大類。

（1）　名量詞

名量詞是表示事物單位的量詞。

泰語中的名量詞可以分為4類，即個體量詞、度量詞、集合量詞、自主量詞。

227

名量詞的種類	用法	範例	意思
個體量詞	計算、區分個體單位的量詞。	แผ่น กระดาษหลายแผ่น	張（紙） 好幾張紙
度量詞	表示度量衡單位的量詞。	บาท เงิน ๕ บาท	銖、泰銖的單位 五銖（泰銖）
集合量詞	表示組成群單位的量詞。	กลุ่ม มีนักเรียน๓กลุ่ม	組、群 有三組學生
自主量詞	由名詞本身兼任量詞。	ดอก ดอกไม้ ๓ ดอก	朵（花的量詞） 三朵花

（2）動量詞

動量詞是表示動作、行為計量單位的量詞。

動量詞	範例	意思
ที	ตี๑ที	打一下
ครั้ง	ไป๒ครั้ง	去兩次
รอบ	วิ่งหลายรอบ	跑了好幾圈

▲ 在量詞的使用上中文和泰語的順序有所不同。

中文：數詞＋量詞＋名詞 一本書

泰文：名詞＋數詞＋量詞 หนังสือ（書）๑（一）เล่ม（本）

泰語的發音與筆順

簡介 泰語

知識 語音

子音

母音

聲調與拼讀 規則

前引字

特殊發音 與符號

最常用的 文法和句型

最常用的 分類單字

最口語的日常 短句會話

4 การ- ความ-合成的名詞

　　泰語中有一類名詞比較特殊，它是將 การ-ความ- 這兩個接頭詞置於動詞、形容詞之前，構成其意義上的名詞。

　　例如：การ+บิน（飛）= การบิน（航空）

　　　　　การ+เขียน（寫）= การเขียน（寫作）

　　　　　ความ+ รัก（愛）= ความรัก（愛情）

　　　　　ความ+ สูง（高）= ความสูง（高度）

　　การ-, ความ- 用法的區別：

　　ความ- 是構成看不見摸不著的抽象名詞，例如：愛情、願望、美貌等，都是抽象性及感官性的名詞。

　　การ- 是具有實質意義的名詞的接頭詞，表示事業、實務、行業，或貿易、工作、金融、政治等，都是具體性、實在性的名詞。

二、代名詞

代名詞是代替名詞或一句話的一種詞類。

代名詞由人稱代名詞、指示代名詞、疑問代名詞、不定代名詞、指別代名詞、關係代名詞、表達語氣及情感的代名詞組成。

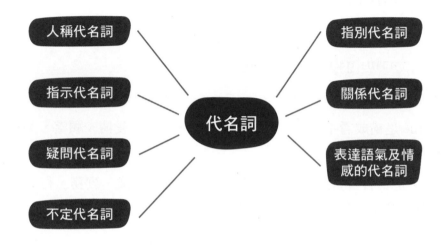

1 人稱代名詞

人稱代名詞是代替人稱的詞，分為三類，即第一人稱代名詞、第二人稱代名詞、第三人稱代名詞。在不同情境下，泰語中的人稱代名詞用法各有不同。泰語中人稱代名詞的應用比較複雜，會因為性別、年齡、社會地位、相互關係等因素而有所不同。在日常生活中，泰國人也常用小名或暱稱來代替人稱代名詞。常用人稱代名詞總結如右頁。

	第一人稱（自稱）	第二人稱（對稱）	第三人稱（他稱）
單數	ผม（用於男性） ดิฉัน（用於女性） ฉัน（中性，用於朋友間） หนู（用於小孩子，多用於女孩） ข้าพเจ้า（正式用語） เรา（用於自己人之間）	มึง（粗魯的表現） แก（粗魯的表現） เธอ（用於朋友之間） เอ็ง（用於自己人之間） คุณ（禮貌用語，表客氣） ท่าน（敬語，表尊敬）	มัน（用於粗魯的表現，或動物的「它」） เขา（常規） ท่าน（敬語，表尊敬）
複數	พวก1＋ （ผม ดิฉัน ฉัน หนู ข้าพเจ้า เรา）	พวก+ （มึง แก เธอ เอ็ง คุณ ท่าน）	พวก+ （มัน เขา ท่าน）

泰語中有一類的名詞比較特殊，它是由 การ-ความ- 置於動詞、形容詞之前，構成其意義上的名詞。

例如：เขา　จะ　ไป　ไหน　กัน

kăo　jà　bpai　năi　gan

他們／她們　要　去　哪兒

句子中的人稱代名詞 เขา 雖然是單數，但在句尾出現了表示相互之間共同動作的 กัน 一次，就說明參與的人大於1人。因此，翻譯時不能譯為「他要去哪兒？」，而是「他們要去哪兒？」才對。

2 指示代名詞

指示代名詞是表示指示概念的代名詞，即用來指示或標識人或事物的代名詞。泰語中的指示代名詞可以分為兩類，總結如下頁的表。

子音
母音
規則聲調與拼讀
前引字
特殊發音與符號
最常用的文法和句型
最常用的分類單字
最口語的日常短句會話

分類 \ 指示代名詞	這	那	那（遠指）	用法
A組	นี่	นั่น	โน่น	可以單獨使用。 例如：**นี่ หนังสือ** 分解：這（是）書 中譯：這是書。
B組	นี้	นั้น	โน้น	不能單獨使用，必須跟在名詞或量詞之後。 例如：**เสื้อ ตัว นี้** 分解：衣服 件 這 中譯：這件衣服。

3 疑問代名詞

疑問代名詞用來代替說話者在句子中想要詢問的東西。

例如：อะไร（什麼）、ไหน（哪）、ใคร（誰）等。

4 不定代名詞

不定代名詞，即不指明代替的人、事物、方式、原因、處所、時間、狀態。

功能	示例	譯文
表示不確定的人	ใครๆก็รู้	眾所周知
表示不確定的事	อะไรๆก็วุ่นวายไปหมด	什麼都亂七八糟的
表示不確定的數量	เท่าไรก็ยอม	多少都行
表示不確定的原因	เหตุใดก็ช่าง	不管什麼原因都算了
表示不確定的處所	อยากไปไหนก็ไป	想去哪兒就去哪兒

續表

功能	示例	譯文
表示不確定的時間	ทำเมื่อไรก็ได้	什麼時候做都行
表示不確定的狀態	ยังไงก็ตาม	無論如何

5 指別代名詞

指別代名詞是表示區分的代名詞，常用的指別代名詞有 บ้าง、ต่าง 等。

例如：สูงบ้างต่ำบ้าง 高的高，低的低。

ต่างคนต่างทำ 各做各的。

6 關係代名詞

關係代名詞用來引導定語從句（限定子句）。它代表先行詞，同時在從句（子句）中做一定的句子成分。有指人與指物之分。泰語中，常見的關係代名詞有：ที่、ซึ่ง、อัน、ผู้。關係代名詞像連接詞一樣把定語從句（限定子句）與主句連接起來。

關係代名詞	功能	示例
ที่	表示物質的屬性	หนังสือที่ฉันอ่าน 我看的書。
ซึ่ง	對事物做解釋或補充說明	ฉันตามหาแมวซึ่งหายไปหลายวันแล้ว 我在找貓，牠走丟了好幾天了。
อัน	表示事物的性質	ประเทศแคนาดาอันกว้างใหญ่ไพศาล 幅員遼闊的加拿大。
ผู้	表示對人的定義	คนไทยต่างพูดกันว่า ในหลวงเป็นผู้ยิ่งใหญ่ของแผ่นดิน 泰國人都說：「國王是一個偉大的人。」

泰語的發音與筆順 泰語簡介 語音知識 子音 母音 聲調與拼讀規則 前引字 特殊發音與符號 最常用的文法和句型 最常用的分類單字 最口語的日常短句會話

7 表達語氣及情感的代名詞

泰語中，有一類代名詞置於主語之後，用於強調說話人對句中主語的情感。該類代名詞常見的有 แก、เธอ 等。

例如：พลอยเธอน่ารักมากเลย 珀伊你真可愛！

句中的代名詞 เธอ（你）表達了一種憐愛的語氣。

三、動詞

動詞是表示動作、行為、心理活動或存在變化等的詞。泰語中動詞由行為動詞、心理動詞、判斷動詞（即英文的be動詞）、能願動詞（助動詞）、趨向動詞、使役動詞及表存在、發展及變化的動詞組成。

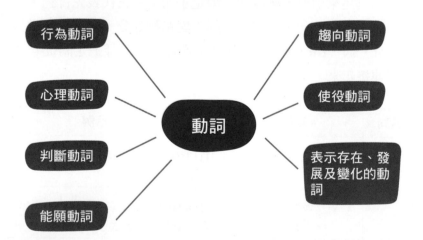

1 行為動詞

行為動詞表示動作的動詞。行為動詞可以分為兩大類，即及物動詞和不及物動詞。

（1） 及物動詞

可以接受詞語的動詞叫做及物動詞，及物動詞加受詞的句型在泰語中比較常見。

例如：ดื่ม（動詞，喝）＋受詞 น้ำ（名詞，水）＝ดื่มน้ำ（喝水）

เล่น（動詞，玩）＋受詞 เกม（名詞，遊戲）＝เล่นเกม（玩遊戲）

以上兩個動詞都能加受詞，因此都是及物動詞。

由及物動詞和受詞組成的短句稱之為謂語。而謂語結構內是支配與被支配、關涉與被關涉的關係。謂語由動詞與後面受動詞支配的成分組合而成，起支配作用的成分是動詞，受動詞支配的成分是受詞，表示動作行為所涉及的人或事物，由常用名詞、代名詞等充當。主要是為了展現動作是誰發出的，具體做了什麼，以及在哪兒發生的作用。泰語中的謂語，結構和形式與中文是一樣的。

類型	泰語	分解	意思
動詞和名詞構成	ทำการบ้าน	tam gaan bâan 做 作業	做作業
動詞和代名詞構成	หาใคร	hăa krai 找 誰	找誰
動詞和動詞構成	ไปว่ายน้ำ	bpai wâai náam 去 游泳	去游泳
動詞和形容詞構成	รักสวยรักงาม	rák sŭuay rák ngaam 愛 漂亮 愛 美麗	愛漂亮

（2） 不及物動詞

不可以接受詞的動詞叫做不及物動詞，這類動詞本身有完整的意思，數量較少，如 ร้องไห้（哭泣）、ทะเลาะ（爭吵）、ยิ้ม（笑）等。這些動詞都不能加受詞，因此屬於不及物動詞。

泰語簡介
語音知識
子音
母音
聲調與拼讀規則
前引字
特殊發音與符號
最常用的文法和句型
最常用的分類單字
最口語的日常短句會話

2 心理動詞

　　心理動詞是表示人物心理活動的動詞，如 คิด（想）、รัก（愛）、เกลียด（恨）等。

　　例如：ผมรักคุณ 我愛你。

　　　　　นักเรียนเกลียดครูคนนี้ 學生討厭這位老師。

3 判斷動詞（英文的 be 動詞）

　　判讀動詞表示是非、有無等意義，如 เป็น（是）、คือ（是）等。

　　例如：เขาเป็นอาจารย์ 他是老師。

　　　　　นี่คือครอบครัวของผม 這是我的家庭。

4 能願動詞（助動詞）

　　能源動詞也叫「助動詞」，是表示可能、必要、必然、意願、估價等意義的動詞，如 ได้（能）、สามารถ（能夠）、ยอม（願意）等。

　　例如：ขอไปห้องน้ำได้ไหม 我能去洗手間嗎？

　　　　　ฉันสามารถพูดภาษาไทย 我能說泰語。

5 趨向動詞

　　趨向動詞是表示動作行為趨向的動詞。如 ขึ้น（上）、ลง（下）、เข้า（進）、ออก（出）、กลับ（回）等。

6 使役動詞

　　使役動詞是表示命令或請求的動詞。如 เรียก（叫）、ให้（讓）等。

泰語的發音與筆順

泰語
簡介

語音
知識

子音

母音

聲調與拼讀
規則

前引字

特殊發音
與符號

最常用的
文法和句型

最常用的
分類單字

最口語的日常
短句會話

7 表示存在、發展及變化的動詞

表示存在、發展和變化的動詞有 อยู่（在）、มี（有）、เปลี่ยน（變）、
หยุด（停）、พัฒนา（發展）、เริ่ม（開始）等。

三、形容詞

形容詞主要用來描寫或修飾名詞或代名詞，表示人或事物的性質、　狀
態、特徵或屬性，也可做謂語。泰語中的形容詞置於被修飾的詞之後。

形容詞由修飾名詞的形容詞和修飾代名詞的形容詞組成。

修飾名詞 ── 形容詞 ── 修飾代名詞

1 修飾名詞

形容詞修飾名詞的時候，被修飾語在修飾語之前，即「名詞＋形容詞」。

範例	意思
เด็ก น่ารัก 孩子　可愛	可愛的孩子
ผัก เขียว 菜　綠	青菜

2 修飾代名詞

形容詞修飾代名詞的時候，被修飾語在修飾語之前，即「代名詞＋形容
詞」。

範例	意思
เขา สูง 他／她 高	他／她（很）高
เธอ สวย 你 漂亮	你（很）漂亮

四、副詞

副詞是修飾、限制動詞或形容詞，表示程度、時間、範圍、方式等意義的詞。

副詞由修飾動詞的副詞和修飾形容詞的副詞構成。

修飾動詞 —— 副詞 —— 修飾形容詞

1 修飾動詞

副詞修飾動詞的時候，被修飾語在修飾語之前，即「動詞＋副詞」。

範例	意思
เขียน ช้า 寫 慢	寫得慢
อ่าน คล่อง 念 流利	念得流利

2. 修飾形容詞

副詞修飾形容詞的時候，被修飾語在修飾語之前，即「形容詞＋副詞」。

範例	意思
ร้อน　มาก 熱　　很	很熱
หนาว จัง 冷　　真	真冷

3. 常用副詞

泰語中有一些常用副詞，如下表。

副詞	中文	範例	意思
มาก	很	หิว มากๆ 分解：餓 很 hĭw mâak mâak	很餓
จริง	真的	สวย จริงๆ 分解：漂亮 真 sŭuay jing jing	真漂亮
เหลือเกิน	太	เร็ว เหลือเกิน 分解：快 太 reo lĕuua gern	太快
เกินไป	太	ช้า เกินไป 分解：慢 太 cháa gern bpai	太慢
ทีเดียว	極了	ฉลาด ทีเดียว 分解：聰明 極了 chà-làat tee diieow	聰明極了

續表

副詞	中文	範例	意思
สุด	極了	แพง <u>สุดๆ</u> 分解：貴 極了 paeng sùt	貴極了
ที่สุด	最	รำคาญ <u>ที่สุด</u> 分解：厭煩 最 ram-kaan têe sùt	最厭煩

五、數詞

數詞主要分為基數詞和序數詞兩個部分。

數詞表示事物的數量和順序。泰語中數的表達既可以使用阿拉伯數字，也可以使用泰語數字。

1 基數詞

泰語中的0～10的數字總結如下表。

數字		念法	數字		念法
๐	0	ศูนย์ sŏon	๕	5	ห้า hâa
๑	1	หนึ่ง nèung	๖	6	หก hòk
๒	2	สอง sŏng	๗	7	เจ็ด jèt
๓	3	สาม săam	๘	8	แปด bpàet
๔	4	สี่ sèe	๙	9	เก้า gâo

⚠ 用泰語數字書寫10以上的數字時，其形式與阿拉伯數字相同。但在讀數字時需要注意尾數為 "1" 和 "20" 開頭的數字。因為這些數字的念法較為特殊，有別於常規的念法，需要注意以下兩點。

① 當數字大於個位數，且尾數為1時，1不能讀作 หนึ่ง（nèung），而讀作 เอ็ด（èt）。

數字	讀法
๑๑　11	สิบเอ็ด sìp èt
๒๐๑　201	สองร้อยเอ็ด sŏng-rói-èt

泰語的發音與筆順

泰語簡介

語音知識

子音

母音

聲調與拼讀規則

前引字

特殊發音與符號

最常用的文法和句型

最常用的分類單字

最口語的日常短句會話

② 泰語中，「2」為單數和尾數時讀 ๒（sǒng）。๒๐（20）這個數字不能讀成 ๒（sǒng）+๑๐（sìp），而是讀作ยี่สิบ（yêe sìp）。

數字	讀法	數字	讀法
๒๑ 21	ยี่สิบเอ็ด yêe sìp èt	๒๒ 22	ยี่สิบสอง yêe sìp sǒng
๒๓ 23	ยี่สิบสาม yêe sìp sǎam	๒๔ 24	ยี่สิบสี่ yêe sìp sèe

2 序數詞

序數詞就是表示順序的數詞。泰語的序數詞的表達和中文的表達結構一樣，就是在數字前加泰語「ที่」一詞（譯為：第…）。

漢語	泰語	漢語	泰語
第一	ที่๑ 或 ที่หนึ่ง	第三	ที่๓ 或 ที่สาม
第二	ที่๒ 或 ที่สอง	第四	ที่๔ 或 ที่สี่

當序數詞修飾名詞時，名詞成為中心語，序數詞置於名詞之後，即名詞＋ที่＋數字。

泰語	意思
วันที่หนึ่ง 天 第 一	第一天
บทที่สอง 課 第 二	第二課
หน้าที่สาม 頁 第 三	第三頁

泰語的發音與筆順

簡介 泰語

知識 語音

子音

母音

規則 聲調與拼讀

前引字

與符號 特殊發音

文法和句型 最常用的

分類單字 最常用的

短句會話 最口語的日常

3 與數詞相關的知識

（1） 泰語計數單位

泰語中主要的計數單位共有6個，詳見下表。

計數單位	泰語	音標	示例數字	讀法
十	สิบ	sìp	๑๒ 12	สิบสอง
百	ร้อย	rói	๓๓๔ 334	สามร้อยสามสิบสี่
千	พัน	pan	๒.๐๑๕ 2015	สองพันสิบห้า
萬	หมื่น	mèun	๑๐.๐๐๐ 10000	หนึ่งหมื่น
十萬	แสน	sǎen	๑๐๐.๐๐๐ 100000	หนึ่งแสน
百萬	ล้าน	láan	๑.๐๐๐.๐๐๐ 1000000	หนึ่งล้าน

ล้าน（百萬）是泰語中最大的計數單位，那麼「千萬」和「億」怎麼表達呢？通過簡單的換算我們可以得到：

1千萬=10×百萬，因此泰語就是 สิบล้าน

1億=100×百萬，因此泰語就是 ร้อยล้าน

例如：中國人口大約有14億。這裡14億如何表達呢？即1億為100個百萬，10億為1000個百萬，泰語就是 พันล้าน。以此類推，14億泰語就是 1.4พันล้าน。

（2） 泰語數詞中的「1」

　　泰語數字「1」在使用時其實使用彈性很大。既可以放在計量單位之前，也可以放在計量單位之後，有時還可以省略。這些表達方式都不影響詞彙的意思。

分類	示例數字	讀法
「1」在計量單位前	๑๐๐ 100	หนึ่งร้อย ร้อยหนึ่ง
「1」在計量單位後	๑๐๐๐ 1000	หนึ่งพัน พันหนึ่ง
省略「1」	๑๐๑ 101	หนึ่งร้อยเอ็ด ร้อยเอ็ด
	๑๒๐๐ 1200	หนึ่งพันสองร้อย พันสองร้อย

泰語的發音與筆順

簡介 泰語

知識 語音

子音

母音

規則 聲調與拼讀

前引字

與符號 特殊發音

文法和句型 最常用的

分類單字 最常用的

短句會話 最口語的日常

六、介詞

　　介詞是用在名詞前面、共同組合成介詞片語來修飾謂語的詞，介詞表示時間、處所、方向、方式、手段、被動、使役、關連、原因、目的等。

類型	常用介詞列舉
表示目的、原因	เพื่อ（為了）、เพราะ（因為）、เนื่องจาก（由於）
表示方式	ตาม（按照）、ผ่าน（通過）
表示時間	เมื่อ（當）、ใน（在…時間內）、ตั้งแต่（自…開始）、จน（直至）
表示方向、地點	ตรง（具體方位）、ที่（不具體方位）、ระหว่าง（…之間）、ข้าง（在…旁邊）、บน（在…上面）、ใต้（在…下面）、กลาง（在…中間）、ตาม（沿著）、จาก（沿著）
表示涉及對象	ต่อ（對於）、สำหรับ（關於）
表示施事及受事	ถูก（被）、ให้（讓）

七、語尾詞

　　泰語的語尾詞由表示禮貌的語尾詞和表示情感的語尾詞兩類所構成。

1 表示禮貌的句尾詞關的知識

泰語句子語尾有時會出現 ครับ、คะ 或 ค่ะ。這些詞沒有實際的意思，只是為了表達禮貌或語氣的婉轉。男性問句和陳述句的語尾詞都用 ครับ，女性問句的語尾詞用 คะ，陳述句用 ค่ะ。

分類	陳述句	問句
男性	สวัสดีครับ 你好	อะไรครับ 什麼
女性	สวัสดีค่ะ 你好	อะไรคะ 什麼

2 表達情感的尾語詞

泰國人在句尾會加入一些語尾詞以表示當時說話時的情感，如 ละ、ล่ะ、นะ、น่า、ซิ、เถอะ 等，此類語尾詞也沒有具體意義，只是為了表達說話時的情緒，就像中文裡面的「啊、把、呀」等…語助詞一樣。

例如：วันนี้เป็นวันหยุดนะ 今天是週末啊！

ไปกินข้าวเถอะ 去吃飯吧！

เข้ามาน่า 進來呀！

八、否定詞

否定詞是在句子中表示否定意義的語詞。泰語中否定詞主要有否定動詞的否定詞和否定句子的否定詞兩類。

1 否定動詞的否定詞

否定動詞的否定詞有 มิ、ไม่、หาไม่、หาไม่。

例如：เขามิใช่คนดีอะไร 他不是什麼好人。

　　　เธอเดินไม่ระวังรถ 你走路不小心。

2 否定句子的否定詞

否定句子的否定詞有 หามิได้、มิได้、เปล่า。

例如：A：คุณดูท่าทางเหนื่อยมากนะ 你看起來很累啊。

　　　B：เปล่า 沒有啊。

九、連接詞

連接詞是起連接作用，用來連接單字、短句、和句子等文法單位的詞。連接詞是虛詞的一種，一般說來，連詞有很多是由副詞、介詞發展而來的。連詞可以分為以下幾種類型。

泰語的發音與筆順

泰語 簡介

語音 知識

子音

母音

聲調與拼讀 規則

前引字

特殊發音 與符號

最常用的 文法和句型

最常用的 分類單字

最口語的日常 短句會話

類型	常用連接詞列舉
並列關係連接詞	กับ 和、跟 และ 與 ทั้ง และ 既…又…
承接關係連接詞	จึง 於是 ส่วน 至於 (อย่าง)เช่น 比方、例如 ตามปกติ 一般來說 แล้วก็ 然後…
轉折關係連接詞	แต่(ว่า) 但是 นอกจาก 以外 เว้นแต่ 除了 แม้ว่า... ก็ตาม 雖然 ถึงแม้... แต่ก็ 就算…但還是…
因果關係連接詞	ถึง 以致 เพราะว่า 因為 ด้วยเหตุว่า 由於
選擇關係連接詞	หรือ 或、或者、還是 ไม่... ก็... 非…即…、不是…就是…
假設關係連接詞	ถ้า... 如果、若是、假如 หาก... 如果、若是、假如 ถ้าหาก... ก็... 如果…就…
比較關係連接詞	มีแต่... จึง... 只有…才… ไม่ว่า... ก็(ตาม)... 不論…也…
遞進關係連接詞	ไม่เพียงแต่... ยัง... 不但（不僅）…而且… โดยเฉพาะ... 特別是…

類型	常用連接詞列舉
目的關係連接詞	เพื่อ... 為了… เพื่อที่จะ... 為了…

十、感嘆詞

感嘆詞是用來表示感嘆、呼喚、應答的詞，嘆詞本身無具體意義。泰語中的感嘆詞分類如下。

分類	常用嘆詞列舉	特點
普通感嘆詞	โธ่ 表示憐惜 ว้าย 表示驚訝 โอ๊ย 表示疼痛 อ้อ 表示理解 เอ๊ะ 表示驚訝、疑惑 ไชโย 表示欣喜、歡呼 ปัดโธ 表示失望 ฮะ 表示懷疑 โอ้โฮ 表示讚嘆、驚嘆 อุ๊บ 表示失言 เชอะ 表示輕蔑	表達情緒和情感，總是位於句首，此後空格以示停頓；形式自由，可以獨立成句
詩歌中的感嘆詞	อ้า โอ้ 表示感懷	出現在詩詞或其他文學作品中，總是位於句首，此後空格以示停頓；形式自由，可以獨立成句

Unit

02 慣用句型

　　泰語句法沒有太多複雜的句式和文法。下面將通過句子結構、句子種類和常用句型三個方面簡單地介紹一下。

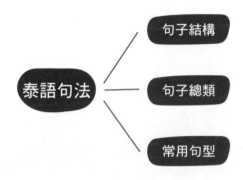

一、句子結構

1　基本語序

　　泰語的基本句式是「主詞＋動詞＋受詞」，句型架構與中文一樣。

範例	中文
ฉัน กิน ข้าว （主詞＋動詞＋受詞） 我（女性）＋吃＋飯	我吃飯。

泰語的發音與筆順

簡介　泰語

知識　語音

子音

母音

聲調與拼讀　規則

前引字

與符號　特殊發音

文法和句型　最常用的

分類單字　最常用的

短句會話　最口語的日常

2 定語的位置

泰語的定語置於被修飾語之後。

範例	中文
พ่อ ของ ผม 中心語　　定語 爸爸　　的　我（男性）	我的爸爸

3 副語的位置

泰語的副語有的置於被修飾語之前，有的在被修飾語之後。需要牢記副詞的用法，才能確定該副詞在句子中的哪個位置。

範例	中文
เรา มัก ออกกำลังกาย กัน ตอนเช้า 　　　　副詞 我們　　通常　鍛鍊身體（表相互）早上	我們通常早上鍛鍊身體。
เรา ออกกำลังกาย กัน ตอนเช้า บ่อยๆ 　　　　　　　　　　　狀語 我們　鍛鍊身體（表相互）早上 常常	我們常常早上鍛鍊身體。

4 量詞短句

量詞短句是由數詞或指示代名詞加上量詞組成。泰語數詞、量詞和名詞組合時，一般名詞在前，數詞居中，量詞或指示代名詞在後的形式。

範例	中文
หนังสือ สาม เล่ม 名詞＋數詞＋量詞 書　　三　　本	三本書
นักเรียน คน นี้ 名詞＋量詞＋指示代名詞 學生　　個　　這	這個學生

二、句類

泰語句子可以分為陳述句、疑問句、祈使句和感嘆句四種。

1 陳述句

　　陳述句是陳述事實或說話者的看法的句型，它包括肯定句和否定句兩種。中文裡的陳述句的句尾用句號表示句子結束，但泰語沒有標點符號，一般只用空格斷句。中文和泰語中陳述句的句子結構略有不同，如下表。

結構	誰＋什麼時候＋在哪裡＋做什麼	什麼時候＋誰＋在哪裡＋做什麼
泰語	เราเรียนหนังสืออยู่ที่ห้องเรียนตอนนี้	ตอนนี้ เราเรียนหนังสืออยู่ที่ห้องเรียน
中文	我們現在在教室裡上課。	現在我們在教室裡上課。

泰語的發音與筆順

簡介 泰語

知識 語音

子音

母音

規則 聲調與拼讀

前引字

與符號 特殊發音

文法和句型 最常用的

分類單字 最常用的

短句會話 最口語的日常

2 疑問句

　　疑問句的主要功能是提出問題、詢問情況。泰語中，疑問句的句尾不需要問號，只以句中是否有疑問代名詞來判斷該句是否屬於疑問句。泰語中的疑問詞大多與漢語一樣，位於句末，有個別位於句首。常見疑問詞總結如下表。

疑問詞	範例	中文
ไหม 嗎	คุณเป็นคนจีนไหม	你是中國人嗎？
หรือ(เปล่า) 嗎	จริง หรือ(เปล่า)	真的嗎？
หรือยัง 了嗎	กินข้าวหรือยัง	吃飯了嗎？
อะไร 什麼	นี่คืออะไร	這是什麼？
ใคร 誰	กระเป๋าของใคร	誰的包？
อย่างไร（正式）怎樣 ยังไง（非正式）怎麼	ทำอย่างไร(ยังไง)	怎樣（怎麼）做？
เป็นอย่างไร（正式）如何 เป็นยังไง（非正式）怎麼樣	อากาศเป็นอย่างไร (เป็นยังไง)	天氣如何（怎麼樣）？
ทำไม 為什麼	ทำไมไป ไปทำไม	為什麼去？（詢問理由） 去幹嗎？（表達不理解、不滿）
เท่าไร（正式） เท่าไหร่（非正式）多少	ราคาเท่าไร(เท่าไหร่)	多少錢？
กี่ 幾	คุณจะไปกี่วัน	你要去幾天？
เมื่อไร（正式）何時 เมื่อไหร่（非正式）什麼時候	คุณจะไปเมื่อไร(เมื่อไหร่)	你何時（什麼時候）去？
ใด（正式）何 ไหน（非正式）哪	เหตุใด คนไหน	是何原因？ 哪個人？

疑問詞	範例	中文
ที่ใด（正式）何處 ที่ไหน（非正式）哪兒	คุณอยู่ที่ไหน(ที่ใด)	你在哪兒（何處）？
ตอนไหน 什麼時候	เขาจะมาตอนไหน	他什麼時候來？
วันใด（正式）何日 วันไหน（非正式）哪天	เราจะสอบวันไหน (วันใด)	我們哪天（何日）考試？

⚠ 在使用疑問代名詞造句時，細節問題也是不可忽視的。包括疑問代名詞在句子中的位置。位置不同，表達的意思和語氣也就不同。例如上表中 ทำไม（為什麼）的位置。既可以置於句首表示「為什麼」的意思，也可置於句尾表達對前一事物或行為的不解及不滿。再如詞與詞之間的區別。例如泰語中 ไหน 和 ใด 的用法，兩個詞意思一樣，但使用語境不同。當用疑問代名詞「哪」提問時，在口語及常用表達中使用 ไหน，在正式的語境下使用 ใด。諸如此類的詞彙還有很多，需要學習者在學習實踐中不斷累積記憶才行。

3 祈使句

祈使句的作用是要求、請求或命令別人做或不做一件事。泰語祈使句的特點與中文類似，可以用語氣詞「吧」作結尾，也可以不用語氣詞。若無語氣詞，語氣顯得強硬；若句尾加語氣詞，語氣則較婉轉。祈使句根據句意和語氣可以分為四大類，表示「命令、請求、禁止、勸阻」等。泰語祈使句的句子結構與中文相同。

泰語的發音與筆順

簡介 泰語

知識 語音

子音

母音

規則 聲調與拼讀

前引字

與符號 特殊發音

文法和句型 最常用的

分類單字 最常用的

短句會話 最口語的日常

祈使句類型	範例	中文
表示命令	ลุกลุกขึ้น นั่งลง	起立！ 坐下！
表示請求	กรุณารอสักครู่ ขอยืมปากกาหน่อย	請稍等。 請借我下筆。
表示禁止	ห้ามจอดรถที่นี่ อย่าส่งเสียงดัง	禁止在此處停車！ 不要大聲喧嘩！
表示勸阻	โปรดงดสูบบุหรี่	請勿吸菸。

4 感嘆句

　　帶有濃厚感情色彩的句子叫作感嘆句。泰語感嘆句結構與中文相似，但需注意句中構詞時的特點，即前置被修飾語，後置修飾語。泰語的感嘆句有多種表現形式，泰語中不論一個單字、一個短句或一個詞組都可成為感嘆句。

範例	中文
สวย	漂亮！
สวยมาก	很漂亮！
สวยจริงๆ	真漂亮！

　　有時可以由 ช่าง（多麼）引出一個句子。這樣的句子一般以「ช่าง＋中心語＋形容詞＋副詞」的句式出現。泰語感嘆句中心語在特定語境下可以省略。

範例	中文
ช่างเป็นคนน่ารักดี	多麼可愛的人啊！
ช่างอร่อยเหลือเกิน	太好吃啦！

　　由於泰語沒有標點符號，只能根據語氣和語境來判斷該句是否是感嘆句。一般來說，感嘆詞後面的句子都是感嘆句。如下表。

範例	中文
โอ๊ย ร้อนมากๆ 感嘆詞	哎呀，太熱啦！
ไชโย ชนะแล้ว 感嘆詞	噢耶，勝利啦！

三、常用句型

泰語和中文一樣，有很多固定搭配，以保證句子結構完整，以下列舉10個常用固定搭配供大家學習。

1 ใช่ไหม？ …是嗎？

例句：คุณเป็นคนไทย ใช่ไหม

kun bpen kon tai • châi măi

你是泰國人，是嗎？（你是泰國人嗎？）

2 หรือยัง？ …了嗎？

例句：คุณยายกินข้าวหรือยัง

kun yaai gin kâao rĕu yang

外婆吃飯了嗎？

3 ก็. …就…

例句：ถ้าเธอไป ผมก็ไปด้วย

tâa ter bpai • pŏm gôr bpai dûuay

如果你去我就去。

4 กำลัง อยู่ 正在…

例句：ผมกำลังทำการบ้านอยู่

pŏm gam-lang tam gaan bâa nor yôo

我正在做作業。

5 พอ ก็ 一…就…

例句：พอเห็นไฟแดงก็ต้องเลี้ยวซ้าย

por hĕn fai daeng gôr dtông líieow sáai

一看到紅綠燈就要左轉。

6 ไม่ค่อย 不太…

例句：ฉันไม่ค่อยชอบกินทุเรียน

chăn mâi kôi chôp gin tú riian

我不太喜歡吃榴槤。

7 ก็แล้วกัน （句尾）算了、罷了

例句：เอาอย่างงนี้ก็แล้วกัน

ao yàang née gôr láew gan

就這樣了吧！

8 ทั้ง และ 既…又…、又…又…

例句：ห้องเรียนของเราทั้งใหญ่และสว่าง

hông riian kŏng rao táng yài láe sà-wàang

我們的教室又大又明亮。

子音
母音
聲調與拼讀規則
前引字
特殊發音與符號
最常用的文法和句型
最常用的分類單字
最口語的日常短句會話

9 นอกจาก แล้ว ยัง อีก　除了…之外，還要…

例句：นอกจากพูดแล้ว ยังต้องทำอีก

nôk jàak pôot láew・yang dtông tam èek

除了說還要做。

10 ถึง ก็　即使…也…

例句：ถึงเป็นวันหยุด เขาก็ไม่พัก

tĕung bpen wan yùt・kăo gôr mâi pák

即使是假期，他也不休息。

四、泰語句子中「的」、「地」、「得」的講解

1　「的」

（1） 從屬關係（所有格）

例如：我的書 หนังสือ ของ ผม

năng-sĕu・kŏng・pŏm

（書＋的＋我）

（2） 修飾人、事物

例如：可愛的孩子 เด็กที่น่ารัก

dèk têe nâa rák

（孩子＋的＋可愛）

泰語的發音與筆順

泰語簡介

語音知識

子音

母音

聲調與拼讀規則

前引字

特殊發音與符號

最常用的文法和句型

最常用的分類單字

最口語的日常短句會話

⚠️ 「的」對應泰語中的兩個單字，分別是「ของ」和「ที่」。「ของ」的前後都為名詞，表示從屬關係；「ที่」的前面是名詞，後面是修飾的詞或句子，表示什麼樣的人或事物。根據觀察發現，名詞都前置，這符合泰語前置被修飾語、後置修飾語的語言特點。

2 「地」

「地」修飾動作。

例如：津津有味地吃　กิน　อย่าง　อร่อย

　　　　　　　　　gin • yàang • à-ròi

　　　　　　　（吃＋地＋津津有味）

　　　滿意地笑　ยิ้ม　ด้วย　ความพอใจ

　　　　　　　　yím • dûuay • kwaam por jai

　　　　　　　（笑＋地＋滿意）

⚠️ 「地」對應泰語中的兩個單字，分別是「อย่าง」和「ด้วย」。「อย่าง」和「ด้วย」前面是動詞或動詞短句，後面是修飾性的單字或詞組。但需要注意「อย่าง」之後接形容詞，「ด้วย」之後接「ความ」＋形容詞或心理動詞。

3 「得」

「得」形容事物、動作狀態。

例如：走得快　เดิน　ได้　เร็ว

　　　　　　　dern • dâai • reo

　　　　　　（走＋得＋快）

說得流利 พูด ได้ คล่อง

pôot・dâai・klông

（說＋得＋流利）

⚠ 這是最簡單的一個表達，結構和中文一模一樣，容易掌握。

3

單字課
最常用的分類單字

Unit 01 蔬菜

TA03_01.MP3

ขิง [kǐng] n. 薑

ตะไคร้ [dtà-krái] n. 檸檬香茅

กระเทียม [grà-tiiam] n. 蒜

ต้นหอม [dtôn hǒm] n. 蔥

หอมหัวใหญ่ [hǒm-hǔua-yài] n. 洋蔥

สะระแหน่ [sà-rá-nàe] n. 薄荷

กระเทียมต้น [grà tiiam dtôn] n. 韭蔥

โหระพา [hǒh-rá-paa] n. 紅骨九層塔

กะหล่ำดอก [gà-làm-dòk] n. 花椰菜

บรอกโคลี [bà-ròk-koh-lee] n. 綠色花椰菜

กะหล่ำดาว [gà-làm-daao] n. 孢子甘藍

กะหล่ำปม [gà-làm-bpom] n. 球莖甘藍、大頭菜

กะหล่ำปลี [gà-làm bplee] n. 高麗菜

เห็ดหอม [hèt hǒm] n. 香菇

เห็ดเข็มทอง [hèt kěm-tong] n. 金針菇

เห็ดฟาง [hèt faang] n. 草菇

เห็ดหูหนู [hèt hǒo nǒo] n. 木耳

เห็ดนางรม [hèt naang rom] n. 秀珍菇

เห็ดนางรมหลวง [hèt naang rom lǔuang] n. 杏鮑菇

เห็ดมัทซึตาเกะ [hèt mát-séu-dtaa-gè] n. 松茸

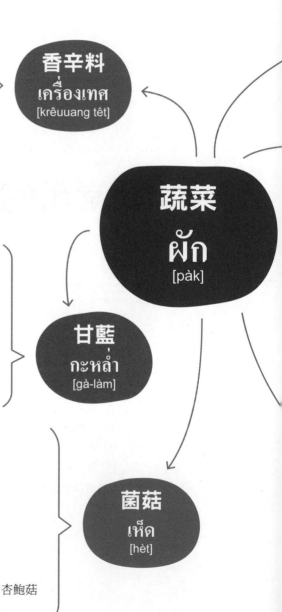

香辛料
เครื่องเทศ
[krêuuang têt]

蔬菜
ผัก
[pàk]

甘藍
กะหล่ำ
[gà-làm]

菌菇
เห็ด
[hèt]

葉菜
ผักใบ [pàk bai]

ผักกาดหอม [pàk gàat hŏm] n. 萵苣
ผักบุ้ง [pàk-bûng] n. 空心菜
ปวยเล้ง [bpuuay léng] n. 菠菜
ผักกาดขาว [pàk-gàat-kăao] n. 大白菜
ร็อกเก็ต [rók gèt] n. 芝麻菜
ผักชี [pàk-chee] n. 香菜
ผักคะน้าจีน [pàk ká náa jeen] n. 芥藍
ผักกาดกวางตุ้ง [pàk gaadkwaang dtûng] n. 小白菜
ขึ้นฉ่าย [kêun chàai] n. 芹菜

果菜
ผักผลไม้ [pàk pŏn-lá-mái]

แตงกวา [dtaeng-gà-waa] n. 黃瓜
ฟักทอง [fák-tong] n. 南瓜
มะเขือเทศเชอรี่ [má-kĕuua têt cher-rêe] n. 玉女番茄
มะเขือเทศ [má-kĕuua têt] n. 番茄
มะเขือ [má-kĕuua] n. 茄子
ถั่วแขก [tùua kàek] n. 四季豆
ถั่วลันเตา [tùua-lan-dtao] n. 豌豆
พริกหวาน [prík wăan] n. 甜椒
ข้าวโพด [kâao-pôht] n. 玉米

根菜
ผักราก [pàk râak]

มันฝรั่ง [man fà-ràng] n. 馬鈴薯
มันเทศ [man-têt] n. 地瓜
แคร์รอต [kae rôt] n. 胡蘿蔔、紅蘿蔔
แรดิช [rae dìt] n. 櫻桃蘿蔔
หัวไชเท้า [hŭua chai táo] n. 蘿蔔
เผือก [pèuuak] n. 芋頭

泰語的發音與筆順
子音
母音
聲調與拼讀規則
前引字
特殊發音與符號
最常用的文法和句型
最常用的分類單字
最口語的日常短句會話

Unit
02 水果

TA03_02.MP3

水果
ผลไม้
[pŏn-lá-mái]

紅色系
สีแดง
[sĕe daeng]

แอปเปิล [àep-bpern] n. 蘋果
ทับทิม [táp-tim] n. 石榴
สตรอว์เบอร์รี [sà-dtror ber ree] n. 草莓
ราสป์เบอร์รี [râat ber ree] n. 覆盆子
เชอร์รี [cher ree] n. 櫻桃
พลัม [plam] n. 李子
ชมพู่ [chom-pôo] n. 蓮霧

其他
อื่น ๆ
[èun èun]

มะพร้าว [má-práao] n. 椰子
ลำไย [lam-yai] n. 龍眼
กีวี [gee wee] n. 奇異果
ลิ้นจี่ [lín jèe] n. 荔枝
มะขาม [má-kăam] n. 羅望子
สละ [sà-là] n. 蛇皮果
ละมุด [lá-mút] n. 仁心果

橙色系
สีส้ม
[sĕe sôm]

ส้ม [sôm] n. 橘子
เกรปฟรุต [gay róp-frút] n. 葡萄柚
โลควอท [loh-kwôt] n. 枇杷
ลองกอง [long gong] n. 龍宮果
ส้มเช้ง [sôm chéng] n. 柳橙
พลับ [pláp] n. 柿子
ส้มกินจ๊อ [sôm gin jór] n. 金桔
มะละกอ [má-lá-gor] n. 木瓜

綠色系
สีเขียว
[sěe kîieow]

- **แตงโม** [dtaeng moh] n. 西瓜
- **แคนตาลูป** [kaen dtaa lôop] n. 哈密瓜
- **พุทรา** [pút-saa] n. 棗子
- **ฝรั่ง** [fà-ràng] n. 芭樂
- **มะนาว** [má-naao] n. 青檸
- **น้อยหน่า** [nói-nàa] n. 釋迦
- **องุ่น** [à-ngùn] n. 葡萄
- **มะม่วงเปรี้ยว** [má-mûuang bprîieow] n. 酸芒果
- **ขนุน** [kà-nŭn] n. 菠蘿蜜

黃色系
สีเหลือง
[sěe lěuuang]

- **แตงไทย** [dtaeng-tai] n. 香瓜
- **เลมอน** [lay-mon] n. 檸檬
- **สาลี่** [săa-lêe] n. 水梨
- **มะเฟือง** [má-feuuang] n. 楊桃
- **กล้วย** [glûuay] n. 香蕉
- **สับปะรด** [sàp-bpà-rót] n. 鳳梨
- **ทุเรียน** [tú riian] n. 榴槤
- **แอปริคอต** [ae bprì kôt] n. 杏桃

紫色系
สีม่วง
[sěe mûuang]

- **แบล็กเบอร์รี** [bae ล็ก ber ree] n. 黑莓
- **บลูเบอร์รี** [bloo ber ree] n. 藍莓
- **มังคุด** [mang-kút] n. 山竹
- **หม่อน** [mòn] n. 桑椹
- **มะเดื่อ** [má-dèuua] n. 無花果
- **เสาวรส** [săo-wá-rót] n. 百香果

泰語的發音與筆順
子音
母音
聲調與拼讀規則
前引字
特殊發音與符號
最常用的文法和句型
最常用的分類單字
最口語的日常短句會話

Unit
03 零食飲料

TA03_03.MP3

เอแคลร์ [ay kaen] n. 泰式閃電泡芙
เค้กผลไม้ [kék pǒn-lá-mái] n. 水果蛋糕
ครีมคัสตาร์ด [kreem kát-dtàat] n. 奶油蛋糕、卡士達
เค้กช็อกโกแลต [kék chók-goh-láet] n. 巧克力蛋糕
เค้กสปันจ์ [kék sà-bpan] n. 海棉蛋糕
มัฟฟิน [máf-fin] n. 瑪芬

เบียร์ [biia] n. 啤酒
วอดก้า [wôt-gâa] n. 伏特加
วิสกี้ [wít-gêe] n. 威士忌
รัม [ram] n. 蘭姆酒
บรันดี [bràn-dee] n. 白蘭地
ไวน์ [wai] n. 葡萄酒
เตกิลา [dtay-gì laa] n. 龍舌蘭
แชมเปญ [chaem-bpen] n. 香檳
ลิเคียวร์ [lí-kiieow] n. 利口酒
โซจู [soh joo] n. 燒酒

เครื่องดื่มผลไม้ [krêuuang dèum pǒn-lá-mái]
n. 果汁
เครื่องดื่มผัก [krêuuang dèum pàk] n. 蔬菜汁
น้ำแร่ [náam râe] n. 礦泉水
โซดา [choh-daa] n. 蘇打水
กาแฟ [gaa-fae] n. 咖啡
น้ำอัดลมรสส้ม [náam àt lom rót sôm] n. 橘子汽水
โคล่า [koh-lâa] n. 可樂
ชา [chaa] n. 茶

甜點
ขนมหวาน
[kà-nǒm wǎan]

零食飲品
ขนมและเครื่องดื่ม
[kà-nǒm láe krêuuang dèum]

酒精飲料
เครื่องดื่มแอลกอฮอล์
[krêuuang dèum aen-gor-hor]

無酒精飲料
เครื่องดื่มไม่ผสม
แอลกอฮอล์
[krêuuang dèum mâi pà-
sǒm aen-gor-hor]

266

糖果
ลูกอม
[lôok om]

ลูกกวาด [lôok gwàat] n. 糖果

อมยิ้ม [om yím] n. 棒棒糖

ทอฟฟี่ [tôf-fêe] n. 太妃糖

นูกัต [noo-gàt] n. 牛軋糖

มาร์ชเมลโล [mâat men loh] n. 棉花軟糖

ลูกอมรสมินต์ [lôok om rót min] n. 薄荷糖

หมากฝรั่ง [màak fà-ràng] n. 口香糖

泰國甜品
ขนมไทย
[kà-nŏm tai]

บัวลอยไข่หวาน [buua loi kài wăan]
n. 泰式湯圓

สังขยาฟักทอง [săng-kà-yăa fák-tong]
n. 椰奶南瓜布丁

กล้วยบวชชี [glûuay bùuat chee] n. 香蕉椰奶

ทองหยอด [tong yòt] n. 蛋黃球

ทองหยิบ [tong yìp] n. 蛋黃花

ฝอยทอง [fŏi tong] n. 甜蛋絲

ข้าวเหนียวมะม่วง [kâao nĭieow má-mûuang]
n. 芒果糯米飯

堅果
ผลไม้เปลือกแข็ง
[pŏn-lá-mái bplèuuak
kăeng]

เมล็ดสน [má-lét sŏn] n. 松仁

พิสตาชิโอ [pít dtaa chí oh] n. 開心果

เม็ดมะม่วงหิมพานต์
[mét má-mûuang hĭm-má-paan] n. 腰果

ถั่วลิสง [tùua-lí-sŏng] n. 花生

เฮเชลนัต [hay chen-nát] n. 榛果

เกาลัด [gao lát] n. 栗子

อัลมอนด์ [an-mon] n. 杏仁

วอลนัต [wor lá-nát] n. 核桃

บราชิลนัต [braa chí lá-nát] n. 巴西堅果

泰語的發音與筆順

簡介 泰語
知識 語音

子音

母音

聲調與拼讀
規則

前引字

與符號 特殊發音

文法和句型 最常用的

最常用的 分類單字

最口語的日常 短句會話

Unit 04 日期時間

TA03_04.MP3

ฤดูใบไม้ผลิ [réu-doo bai mái plì] n. 春季

ฤดูร้อน [réu-doo rón] n. 夏季

ฤดูใบไม้ร่วง [réu-doo bai mái rûuang] n. 秋季

ฤดูหนาว [réu-doo nǎao] n. 冬季

ฤดูฝน [réu-doo fǒn] n. 雨季

เสมอ [sà-měr] adv. 總是、一直

เป็นประจำ [bpen bprà-jam] adv. 經常

ปกติ [bpòk-gà-dtì] adv. 通常

บ่อย [bòi] adv. 常常

บางครั้ง [baang kráng] n. 有時

นาน ๆ ครั้ง [naan naan kráng] n. 偶爾

ไม่เคย [mâi koiie] n. 從不

ทุกครั้ง [túk kráng] n. 每次

ครั้ง [kráng] adv. 次數

ตอนเช้า [dton-cháo] n. 早晨

เที่ยงวัน [tîiang wan] n. 中午

ตอนบ่าย [dton-bàai] n. 下午

ตอนเย็น [dton-yen] n. 傍晚

พลบค่ำ [plóp kâm] n. 黃昏

ดวงอาทิตย์ตก [duuang aa-tít dtòk] n. 日落

เที่ยงคืน [tîiang keun] n. 午夜

ดวงอาทิตย์ขึ้น [duuang aa-tít kêun] n. 日出

季節
ฤดู
[réu-doo]
日期時間
เวลา
[way-laa]
頻率
ความถี่
[kwaam tèe]
一天
วัน
[wan]

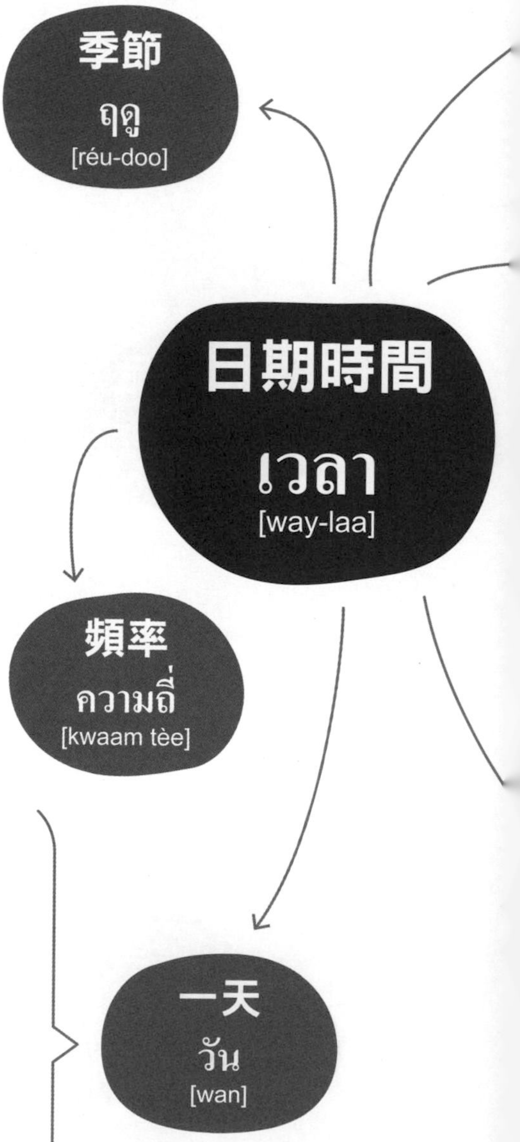

泰語的發音與筆順

泰語 簡介

語音 知識

子音

母音

聲調與拼讀 規則

前引字

特殊發音 與符號

最常用的 文法和句型

最常用的 分類單字

最口語的日常 短句會話

星期
สัปดาห์ [sàp-daa]

วันจันทร์ [wan jan] n. 星期一

วันอังคาร [wan ang-kaan] n. 星期二

วันพุธ [wan pút] n. 星期三

วันพฤหัสบดี [wan pá-réu-hàt-sà-bor-dee] n. 星期四

วันศุกร์ [wan sùk] n. 星期五

วันเสาร์ [wan săo] n. 星期六

วันอาทิตย์ [wan aa-tít] n. 星期日

月份
เดือน [deuuan]

มกราคม [mók-gà-raa kom] n. 一月

กุมภาพันธ์ [gum-paa pan] n. 二月

มีนาคม [mee-naa kom] n. 三月

เมษายน [may-săa-yon] n. 四月

พฤษภาคม [préut-sà-paa kom] n. 五月

มิถุนายน [mí-tù-naa-yon] n. 六月

กรกฎาคม [gà-rá-gà-daa-kom] n. 七月

สิงหาคม [sĭng-hăa kom] n. 八月

กันยายน [gan-yaa-yon] n. 九月

ตุลาคม [dtù-laa kom] n. 十月

พฤศจิกายน [préut-sà-jì-gaa-yon] n. 十一月

ธันวาคม [tan-waa kom] n. 十二月

鐘錶
นาฬิกา [naa-lí-gaa]

เข็มนาที [kĕm naa-tee] n. 分針

เข็มชั่วโมง [kĕm chûua mohng] n. 時針

เข็มวินาที [kĕm wí-naa-tee] n. 秒針

ชั่วโมง [chûua mohng] n. 小時

นาที [naa-tee] n. 分鐘

วินาที [wí-naa-tee] n. 秒

สิบห้านาที [sìp hâa naa-tee] n. 15 分鐘

269

Unit
05 數字概念

TA03_05.MP3

種類 ประเภท [bprà-pêt]

ตัวเลขโรมัน [dtuua lêk roh-man] n. 羅馬數字

คาร์ดินัลลิตี้ [kaa-dì-nan lí-dtêe] n. 基數

ลำดับ [lam-dàp] n. 序數

จำนวนเต็ม [jam-nuuan dtem] n. 整數

เลขคู่ [lêk kôo] n. 偶數

เลขคี่ [lêk kêe] n. 奇數

ตัวเลขบวก [dtuua lêk bùuak] n. 正數

ตัวเลขลบ [dtuua lêk lóp] n. 負數

算數 เลขคณิต [lêk ká-nít]

บวก [bùuak] v. 加

ลบ [lóp] v. 減

คูณ [koon] v. 乘

หาร [hǎan] v. 除

數量單位 ตัวเลขหน่วย [dtuua lêknùuay]

ร้อย [rói] adv. 百

พัน [pan] adv. 千

หมื่น [mèun] adv. 萬

แสน [sǎen] adv. 十萬

ล้าน [láan] adv. 百萬

ร้อยล้าน [rói-láan] adv. 億

หนึ่งพันล้าน [nèung-pan-láan] adv. 十億

ล้านล้าน [láan-láan] adv. 一兆

數字概念 หมายเลข [mǎai lêk]

個位數
ตัวเลข
[dtuua lêk]

ศูนย์ [sŏon] n. 零
หนึ่ง [nèung] n. 一
สอง [sŏng] n. 二
สาม [săam] n. 三
สี่ [sèe] n. 四
ห้า [hâa] n. 五
หก [hòk] n. 六
เจ็ด [jèt] n. 七
แปด [bpàet] n. 八
เก้า [gào] n. 九

十位數
ตัวเลขหลักสิบ
[dtuua lêk làk-sìp]

สิบ [sìp] n. 十
สิบเอ็ด [sìp èt] n. 十一
สิบสอง [sìp sŏng] n. 十二
สิบสาม [sìp săam] n. 十三
สิบสี่ [sìp sèe] n. 十四
สิบห้า [sìp hâa] n. 十五
สิบหก [sìp hòk] n. 十六
สิบเจ็ด [sìp jèt] n. 十七
สิบแปด [sìp bpàet] n. 十八
สิบเก้า [sìp gâo] n. 十九

整數
จำนวนเต็ม
[jam-nuuan dtem]

ยี่สิบ [yêe sìp] n. 二十
สามสิบ [săam sìp] n. 三十
สี่สิบ [sèe sìp] n. 四十
ห้าสิบ [hâa sìp] n. 五十
หกสิบ [hòk sìp] n. 六十
เจ็ดสิบ [jèt sìp] n. 七十
แปดสิบ [bpàet sìp] n. 八十
เก้าสิบ [gâo sìp] n. 九十

泰語的發音與筆順
子音
母音
聲調與拼讀規則
前引字
特殊發音與符號
最常用的文法和句型
最常用的分類單字

Unit 06 天氣氣候

TA03_06.MP3

天氣氣候 สภาพอากาศ [sà-pâap aa-gàat]

晴天 แดดจ้า [dàet jâa]

ดวงอาทิตย์ [duuang aa-tít] n. 太陽

ส่องแสง [sòng săeng] v. 照耀

แดดแรง [dàet raeng] adv. 晴朗的

อบอุ่น [òp ùn] adv. 溫暖的

ร้อน [rón] adv. 炎熱的

แห้งแล้ง [hâeng láeng] adv. 乾燥的

其他 อื่น ๆ [èun èun]

ร้อน [rón] n. 熱

หนาว [năao] n. 冷

เปียก [bpìiak] n. 濕

อุณหภูมิ [un-hà-poom] n. 溫度

น้ำท่วม [náam tûuam] n. 洪水；淹水

ภูมิอากาศแถบร้อนชื้นแถบศูนย์สูตร
[poom aa-gàat tàep rón chéun tàep sŏon sòot]
n. 熱帶濕潤氣候

ภูมิอากาศแบบเมดิเตอร์เรเนียน
[poom aa-gàat bàep may dtì dtêr-ray niian]
n. 地中海氣候

風
ลม
[lom]

มรสุม [mor-rá-sŭm] n. 季風

พายุ [paa-yú] n. 風暴

ไต้ฝุ่น [dtâi fùn] n. 颱風

พายุทอร์นาโด [paa-yú tor-naa-doh] n. 龍捲風

พายุเฮอร์ริเคน [paa-yú her-rí-ken] n. 颶風

พายุทราย [paa-yú saai] n. 沙塵暴

ลมกรด [lom gròt] n. 旋風

ลมพัด [lom pát] v. 風吹

ลมแรง [lom raeng] adv. 風大

雨
ฝน
[fŏn]

ฝนตก [fŏn dtòk] v. 下雨

พายุฝนฟ้าคะนอง [paa-yú fŏn fáa ká-nong] n. 暴風雨

ห่าฝน [paa-yú fŏn fáa ká-nong] n. 陣雨

ฝนเป็นหิมะ [fŏn bpen hì-má] n. 雪雨交加

ร่ม [rôm] n. 雨傘

ชื้น [chéun] adv. 潮濕的

冰雪
น้ำแข็งและหิมะ
[náam kăeng láe hì-má]

หิมะ [hì-má] n. 雪

หิมะตก [hì-má dtòk] v. 下雪

กลายเป็นน้ำแข็ง [glaai bpen náam kăeng] v. 結冰

ดอกไม้น้ำแข็ง [dòk mái náam kăeng] n. 霜花

เกล็ดหิมะ [glèt hì-má] n. 雪花

มนุษย์หิมะ [má-nút hì-má] n. 雪人

ลื่น [lêun] v. 滑倒

ลูกเห็บ [lôok hèp] n. 冰雹

泰語的發音與筆順
子音
母音
聲調與拼讀規則
前引字
特殊發音與符號
最常用的文法和句型
最常用的分類單字
最口語的日常短句會話

Unit 07 自然風光

TA03_07.MP3

自然風光 ทิวทัศน์ธรรมชาติ [tiw tát tam-má-châat]

山 ภูเขา [poo kăo]

เทือกเขา [têuuak kăo] n. 山脈
เนินเขา [nern kăo] n. 丘陵、小山
ถ้ำ [tâm] n. 岩洞
จุดปลายสุดของยอดเขา [jùt bplaai sùt kŏng yôt kăo] n. 頂峰
โกรกธาร [gròhk taan] n. 峽谷
หุบเขา [hùp kăo] n. 山谷
หน้าผา [nâa păa] n. 懸崖

沙漠 ทะเลทราย [tá-lay saai]

เนินทราย [nern saai] n. 沙丘
โอเอซิส [oh-ay-sít] n. 綠洲
อูฐ [òot] n. 駱駝
กระบองเพชร [grà-bong-pét] n. 仙人掌
ปรากฏการณ์ภาพลวงตา [bpraa-gòt gaan pâap luuang dtaa] n. 海市蜃樓
ทะเลทรายโกบี [tá-lay saai goh bee] n. 戈壁

農場 ฟาร์ม [faam]

ทุ่งหญ้าเลี้ยงสัตว์ [tûng yâa líiang sàt] n. 草地、草原、牧場
ฟาร์มแกะ [faam gàe] n. 羊牧場
ฟาร์มโคนม [faam koh nom] n. 乳牛牧場
ฟาร์มไก่ [faam gài] n. 養雞場
ฝูงแกะ [fŏong gàe] n. 羊群
ให้อาหาร [hâi aa-hăan] v. 飼養
ฝูงสัตว์ [fŏong sàt] n. 獸群

海 ทะเล [tá-lay]

- **ทะเล** [tá-lay] n. 海、大海
- **มหาสมุทร** [má-hăa sà-mùt] n. 大洋、海洋
- **ฝั่งทะเล** [fàng tá-lay] n. 海岸線
- **คลื่นมหาสมุทร** [klêun má-hăa sà-mùt] n. 海浪
- **ลมทะเล** [lom tá-lay] n. 海風；微風
- **ชายหาด** [chaai hàat] n. 海灘

河、湖 แม่น้ำและทะเลสาบ [mâe náam láe tá-lay sàap]

- **แม่น้ำ** [mâe náam] n. 河
- **ทะเลสาบ** [tá-lay sàap] n. 湖
- **สระน้ำ** [sà náam] n. 池塘
- **สทิง** [sà-ting] n. 河流
- **จอกแหน** [jòk năe] n. 浮萍

平原 ที่ราบ [têe râap]

- **ที่ดิน** [têe din] n. 土地、土壤
- **หน้าดิน** [nâa din] n. 表層土
- **ทราย** [saai] n. 沙
- **ดินเหนียว** [din nĭiew] n. 黏土
- **ทุ่งหญ้า** [tûng yâa] n. 草原
- **โคลนเลน** [klohn len] n. 淤泥

泰語的發音與筆順
子音
母音
聲調與拼讀規則
前引字
特殊發音與符號
最常用的文法和句型
最常用的分類單字
最口語的日常短句會話

Unit 08 植物

TA03_08.MP3

植物 พืช [pêut]

花 1 ดอกไม้ I [dòk mái I]

ดอกลิลลี่ [dòk lin-lêe] n. 百合
ดอกคาร์เนชั่น [dòk kaa-nay-chân] n. 康乃馨
ดอกกล้วยไม้ [dòk glûuay mái] n. 蘭花
ดอกเบญจมาศ [dòk ben-jà-mâat] n. 菊花
ดอกป๊อปปี้ [dòk bpóp-bpêe] n. 罌粟花
ดอกโบตั๋น [dòk boh-dtăn] n. 牡丹
ดอกมะลิ [dòk má-lí] n. 茉莉花
ดอกบัว [dòk buua] n. 荷花
ดอกลั่นทม [dòk lân-tom] n. 雞蛋花

樹1 ต้นไม้ I [dtôn mái II]

ต้นแพร์ [dtôn-pae] n. 梨樹
ต้นแอปเปิ้ล [dtôn àep-bpêrn] n. 蘋果樹
ฮอลลี [hon lee] n. 冬青樹
ต้นเชอร์รี่ [dtôn cher-rêe] n. 櫻桃樹
พอปลาร์ [por bplaa] n. 楊樹
ต้นไทร [dtôn-trai] n. 白榕
ต้นหลิว [dtôn-lĭw] n. 柳樹
ต้นมะพร้าว [dtôn-má-práao] n. 椰子樹

樹2 ต้นไม้ II [dtôn mái I]

โอ๊ก [óhk] n. 橡樹
บีช [bèet] n. 山毛櫸
ต้นซีดาร์ [dtôn-see-daa] n. 雪松
เมเปิล [may bpern] n. 楓樹
เบิร์ช [bèrt] n. 樺樹
ยูคาลิปตัส [yoo-kaa-líp-dtàt] n. 桉樹
ต้นสน [dtôn sŏn] 松樹
ปาล์ม [bpaam] n. 棕櫚樹

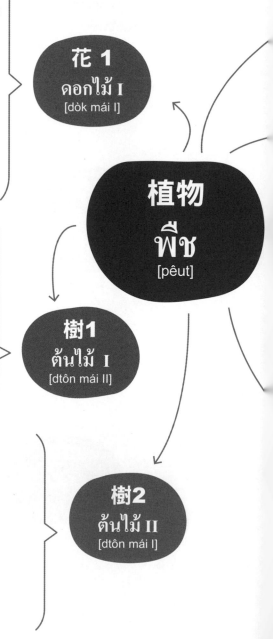

花 2
ดอกไม้ II
[dòk mái II]

ดอกหิมะ [dòk hì-má] n. 雪滴花

ดอกทิวลิป [dòk tiw-líp] n. 鬱金香

ดอกชบา [dòk chá-baa] n. 木槿花

ดอกกุ้ยฮวา [dòk gui waa] n. 桂花

ดอกทานตะวัน [dòk taan dtà-wan] n. 向日葵

ดอกเดซี่ [dòk day sêe] n. 雛菊

ดอกแดฟโฟดิล [dòk dàef-foh-din] n. 水仙

ดอกรักเร่ [dòk rák-rây] n. 大麗菊

พริมโรส [prim-rôht] n. 報春草

薔薇科
กุหลาบพันปี
[gù-làap pan bpee]

ดอกกุหลาบ [dòk gù-làap] n. 玫瑰

ดอกเหมย [dòk hăy mei] n. 梅花

ดอกท้อ [dòk tór] n. 桃花

ซากุระ [saa gù rá] n. 櫻花

ดอกแพร์ [dòk pae] n. 梨花

ดอกแอปเปิ้ล [dòk àep-bpêrn] n. 蘋果花

ดอกแอพริคอท [dòk ae prí kôt] n. 杏花

สกุลบีโกเนีย [sà-gun bee-goh-niia] n. 秋海棠屬

草
หญ้า
[yâa]

กระเฉด [grà-chèt] n. 含羞草

กก [gòk] n. 燈芯草

สมุนไพร [sà-mŭn prai] n. 草藥

วัชพืช [wát-chá-pêut] n. 野草、雜草

สะระแหน่ [sà-rá-nàe] n. 薄荷

โหระพา [hŏh-rá-paa] n. 紅骨九層塔

เสจ [sèt] n. 鼠尾草

โรสแมรี [roh-sà-măe ree] n. 迷迭香

Unit 09 旅遊觀光

TA03_09.MP3

การเดินทางไกล [gaan dern taang glai] n. 出遠門

รองเท้าเดินป่า [rong táo dern bpàa] n. 徒步靴

ปิกนิก [bpík-ník] n. 野餐

เป้สะพายหลัง [bpây sà-paai lăng] n. 背包

สถานที่ตั้งแคมป์ [sà-tăan têe dtâng-kaem] n. 營地、露營地

ถุงนอน [tŭng non] n. 睡袋

เต็นท์ [dtén] n. 帳篷

遠足 เดินทางไกล [dern taang glai]

旅遊觀光 การเที่ยวชมทิวทัศน์ [gaan tîieow chom tiw tát]

กระเป๋า [grà-bpăo] n. 行李；包包

เอกสาร [èk-gà-săan] n. 證件；資料

โทรศัพท์มือถือ [toh-rá-sàp meu tĕu] n. 手機

สายชาร์จ [săai châat] n. 充電線

ร่ม [rôm] n. 雨傘

ครีมกันแดด [kreem gan dàet] n. 防曬乳

ชุดชั้นใน [chút chán nai] n. 內衣、貼身衣服

隨身行李 กระเป๋าถือ [grà-bpăo tĕu]

泰語的發音與筆順

泰語簡介知識

泰語語音

子音

母音

聲調與拼讀規則

前引字

特殊發音與符號

最常用的文法和句型

最常用的分類單字

最口語的日常短句會話

沙灘
ชายหาด
[chaai hàat]

ทางเดินชายหาด [taang dern chaai hàat]
n. 海灘步道

คลื่น [klêun] n. 波浪、海浪

ร่มชายหาด [rôm chaai hàat] n. 遮陽傘

กระท่อมชายหาด [grà-tôm chaai hàat] n. 海灘小屋

อาบแดด [àap dàet] n. 日光浴

แว่นกันแดด [wâen gan dàet] n. 太陽眼鏡

ลูกบอลชายหาด [lôok bon chaai hàat] n. 沙灘球

景點
สถานที่ท่องเที่ยว
[sà-tăan têe tông
tîieow]

วัด [wát] n. 寺廟

พระบรมมหาราชวัง
[prá bor-rom má-hăa râat-chá-wang] n. 大皇宮

พระตำหนัก [prá dtam nàk] n. 宮殿

อุทยานแห่งชาติ
[ùt-tá-yaan hàeng châat] n. 國家公園

ปราสาท [bpraa-sàat] n. 城堡

โบสถ์ [bòht] n. 教堂

อนุสาวรีย์ [à-nú-săa-wá-ree] n. 紀念碑

แม่น้ำเจ้าพระยา [mâe náam jâo prá yaạ]
n. 昭披耶河

เกาะ [gòr] n. 島嶼

出國旅行
การเดินทางข้าม
ประเทศ
[gaan dern taang kâam bprà-têt]

ตรวจ [dtrùuat] v. 檢查

วีซ่า [wee sâa] n. 簽證

หนังสือเดินทาง [năng-sĕu dern taang] n. 護照

สำนักงานศุลกากร
[săm-nák ngaan sŭn-lá-gaa-gon] n. 海關

การยกเว้นภาษี [gaan yók wén paa-sĕe] n. 免稅

แลกเงิน [lâek ngern] n. 貨幣兌換

โรงแรม [rohng raem] n. 飯店、旅館

Unit 10 休閒生活

TA03_10.MP3

休閒生活 กิจกรรมเพื่อการผ่อนคลาย [gìt-jà-gam pêuua gaan pòn klaai]

電影院 โรงภาพยนตร์ [rohng pâap-pá-yon]

ผู้ชม [pôo chom] n. 觀眾

ภาพยนตร์ [pâap-pá-yon] n. 電影；電影藝術

จอ [jor] n. 銀幕

ห้องจำหน่ายตั๋ว [hông jam-nàai dtǔua] n. 售票處

โปสเตอร์ [bpòht-dtêr] n. 海報

ภาพยนตร์ตลก [pâap-pá-yon dtà-lòk] n. 喜劇

遊樂園 สวนสนุก [sǔuan sà-nùk]

สวนเด็กเล่น [sǔuan dèk lên] n. 兒童樂園

สวนน้ำ [sǔuan náam] n. 水上樂園

ยูนิเวอร์แซลสตูดิโอ [yoo ní-wer-saen sà-dtoo dì oh] n. 環球影城

ดิสนีย์แลนด์ [dít-nee laen] n. 迪士尼樂園

รถไฟเหาะตีลังกา [rót fai hòr dtee lang-gaa] n. 雲霄飛車

ชิงช้าสวรรค์ [ching-cháa sà-wǎn] n. 摩天輪

動物園 สวนสัตว์ [sǔuan sàt]

ตั๋วสวนสัตว์ [dtǔua sǔuan sàt] n. 動物園門票

ช่องให้บริการขายตั๋ว [chông hâi bor-rí-gaan kǎai dtǔua] n. 售票（窗）口

อันดับวานร [an-dàp waa-non] n. 靈長類動物

สัตว์เลื้อยคลาน [sàt léuuay klaan] n. 爬行動物

สัตว์กินพืช [sàt gin pêut] n. 草食性動物

นก [nók] n. 鳥類

商場
ห้างสรรพสินค้า
[hâang sàp sǐn káa]

- ซูเปอร์มาเกต [soo-bper maa gèt] n. 超市
- ศูนย์การค้า [sǒon gaan káa] n. 購物中心
- ของหรูหรา [kǒng rǒo rǎa] n. 奢侈品
- เครื่องสำอาง [krêuuang sǎm-aang] n. 化妝品
- ตะกร้า [dtà-grâa] n. 購物籃
- รถเข็น [rót kěn] n. 購物車
- จุดชำระเงิน [jùt cham-rá ngern] n. 收銀台

劇院
โรงละคร
[rohng lá-kon]

- คอนเสิร์ต [kon-sèrt] n. 音樂會、演奏會
- ละคร [lá-kon] n. 戲劇、舞台劇
- ละครเพลง [lá-kon pleng] n. 音樂劇
- โอเปรา [oh-bprao] n. 歌劇
- ม่าน [mâan] n. 布幕
- ฉาก [chàak] n. 佈景
- เวที [way-tee] n. 舞台
- ผู้กำกับการแสดง [pôo gam-gàp gaan sà-daeng] n. 導演

博物館
พิพิธภัณฑ์
[pí-pít-tá-pan]

- เวลาทำการ [way-laa tam gaan] n. 開放時間
- นิทรรศการ [ní-tát-sà-gaan] n. 展覽
- เขตนิทรรศการ [kèt ní-tát-sà-gaan] n. 展區
- แนะนำ [náe nam] n. 導覽
- ภาพสีน้ำมัน [pâap sěe náam man] n. 油畫
- ห้องนิทรรศการ [hông ní-tát-sà-gaan] n. 展覽室
- โบราณวัตถุ [boh-raan wát-tù] n. 文物、古物
- ประติมากรรม [bprà-dtì-maa-gam] n. 雕刻、雕塑

泰語的發音與筆順
子音
母音
聲調與拼讀規則
前引字
特殊發音與符號
最常用的文法和句型
最常用的分類單字
最口語的日常短句會話

Unit

11 體育運動

TA03_11.MP3

體育運動
กีฬา
[gee-laa]

水上運動
กีฬาทางน้ำ
[gee-laa taang náam]

ว่ายน้ำ [wâai náam] n. 游泳

การดำน้ำลึก [gaan dam náam léuk] n. 潛水

โต้คลื่น [dtôh klêun] n. 衝浪

การเล่นสกีน้ำ [gaan lên sà-gee náam] n. 滑水運動

พายเรือ [paai reuua] n. 划船

กีฬาเรือใบ [gee-laa reuua bai] n. 帆船運動

การเล่นเจ็ตสกี [gaan lên jèt sà-gee] n. 水上摩托車

田徑運動
กีฬากรีฑา
[gee-laa gree-taa]

กีฬาวิ่งข้ามรั้ว [gee-laa wîng kâam rúua] n. 跨欄

มาราธอน [maa-raa-ton] n. 馬拉松

กีฬาวิ่งผลัด [gee-laa wîng plàt] n. 接力賽跑

กีฬากระโดดไกล [gee-laa grà-dòht glai] n. 跳遠

กีฬากระโดดสูง [gee-laa grà-dòht sŏong] n. 跳高

ม้ากระโดด [máa grà-dòht] n. 跳馬

排球與網球
วอลเลย์บอลและเทนนิส
[won-lây bon láe ten-nít]

การเสิร์ฟ [gaan sèrf] v. 發球

ทีม [teem] n. 球隊

ตาข่าย [dtaa kàai] n. 球網

แร็กเกต [ráek-gèt] n. 球拍

การเล่นประเภทเดี่ยว [gaan lên bprà-pêt dìieow] n. 單打

การเล่นประเภทคู่ [gaan lên bprà-pêt kôo] n. 雙打

การเสิร์ฟ [gaan sèrf] v. 發球

การตีโต้ [gaan dtee dtôh] v. 回球

เส้นหลัง [sên lăng] n. 底線

冰雪運動
กีฬาหิมะ
[gee-laa hì-má]

การเล่นสกีหิมะ [gaan lên sà-gee hì-má] n. 滑雪
การเล่นสเกตน้ำแข็ง [gaan lên sà-gét náam kăeng] n. 滑冰
การเล่นสเกตลีลา [gaan lên sà-gét lee-laa] n. 花式滑冰
ฮอกกี้น้ำแข็ง [hók-gêe náam kăeng] n. 冰上曲棍球
ฟรีสไตล์สกี [free sà-dtai sà-gee] n. 自由式滑雪
เคอลิ่ง [kur ling] n. 冰壺

健身
ฟิตเนส
[fí-dtà-nèt]

ลู่วิ่ง [lôo wîng] n. 跑步機、跑道
สถานออกกำลังกาย
[sà-tăan òk gam-lang gaai] n. 健身房
เครื่องออกกำลังกาย
[krêuuang òk gam-lang gaai] n. 健身器材
ดัมบ์เบลล์ [dam ben] n. 啞鈴
บาร์เดี่ยว [baa dìieow] n. 單槓
จักรยานออกกำลังกาย
[jàk-grà-yaan òk gam-lang gaai] n. 健身車
เครื่องกรรเชียง [krêuuang gan-chiiang] n. 划船機
โยคะ [yoh-ká] n. 瑜伽

足球與籃球
ฟุตบอลและบาสเกตบอล
[fút bon láe bâat-gèt-bon]

ผู้ตัดสิน [pôo dtàt sĭn] n. 裁判
ได้ประตู [dâai bprà-dtoo] n. 進球得分
ไล่ออกจากสนาม
[lâi òk jàak sà-năam] n. 罰出場外
สนามกีฬา [sà-năam gee-laa] n. 體育場
นักกีฬา [nák gee-laa] n. 運動員
ทำผิดกติกา [tam pìt gà-dtì-gaa] n. 犯規
ลูกโทษ [lôok tôht] n. 十二碼
ยัดลูกลงห่วง [yát lôok long hùuang] n. 灌籃

子音
母音
聲調與拼讀規則
前引字
特殊發音與符號
最常用的文法和句型
最常用的分類單字
最口語的日常短句會話

Unit 12 情感情緒

TA03_12.MP3

สุขใจ [sùk jai] adv. 快樂的、喜悅的
อารมณ์ดี [aa-rom dee] adv. 心情好
รอยยิ้ม [roi yím] n. 微笑
ดีใจ [dee jai] adv. 高興的、愉快的
ตื่นเต้น [dtèun dtên] adv. 興奮的
หัวเราะ [hǔua rór] adv. 笑
กระตือรือร้น [grà-dteu-reu-rón] adv. 熱情的

น่ากลัว [nâa gluua] adv. 害怕、畏懼
ตื่นตระหนก [dtèun dtrà-nòk] adv. 驚恐、驚嚇
การซึมเศร้า [gaan seum sâo] adv. 抑鬱的
ความสิ้นหวัง [kwaam sîn wǎng] adv. 絕望的
ความหดหู่ [kwaam hòt-hòo] adv. 憂鬱的
ตะโกน [dtà-gohn] v. 大叫

ชื่นชอบ [chêun chôp] 喜愛、對…有好感
การมองโลกในแง่ดี [gaan mong lôhk nai ngâe dee] adv. 樂觀的
ความสุข [kwaam sùk] adv. 喜悅的
ความสนใจ [kwaam sǒn jai] adv. 感興趣的
ความสนุกสนาน [kwaam sà-nùk-sà-nǎan] adv. 有樂趣的、有趣的
ความอยากรู้อยากเห็น [kwaam yàak róo yàak hěn] adv. 充滿好奇心的
ความรัก [kwaam rák] adv. 愛、充滿愛的
อาย [aai] adv. 害羞

開心
สบายใจ
[sà-baai jai]
情感情緒
อารมณ์
[aa-rom]
害怕
เกรงกลัว
[greng gluua]
喜歡
ชอบ
[chôp]

悲傷
เศร้า [sâo]

- เสียใจ [sĭia jai] adv. 難過的、悲傷的
- อาภัพ [aa-páp] adv. 不幸的
- เจ็บปวด [jèp bpùuat] adv. 疼痛的、令人痛苦的
- ลำบาก [lam-bàak] adv. 苦惱的
- กลุ้ม [glûm] n. 憂慮
- โทมมัส [toh má-mát] n. 悲傷、痛苦
- รวดร้าว [rûuat ráao] n. 苦難、痛苦
- ร้องไห้ [róng hâi] adv. 哭

憤怒
ความโกรธ [kwaam gròht]

- โมโห [moh-hŏh] v. 激怒、生氣
- ทะเลาะ [tá-lór] v. 爭吵
- ขมวดคิ้ว [kà-mùuat kíw] v. 皺眉
- กริ้ว [grîw] v. 生氣
- เคียด [kîiat] v. 生氣、火冒三丈
- พิโรธ [pí-rôht] v. 震怒、憤怒
- โทสะ [toh-sà] v. 憤怒

厭惡
รำคาญ [ram-kaan]

- น่ารำคาญ [nâa ram-kaan] adv. 令人厭惡的
- รำคาญตา [ram-kaan dtaa] n. 礙眼、刺眼
- เบื่อ [bèuua] v. 無聊
- เกลียด [glìiat] v. 討厭、厭惡
- หาว [hăao] v. 打呵欠
- น่าขยะแขยง [nâa kà-yà kà-yăeng] adv. 令人反感的
- ระอา [rá-aa] v. 厭煩、厭倦

泰語的發音與筆順
子音
母音
聲調與拼讀規則
前引字
特殊發音與符號
最常用的文法和句型
最常用的分類單字
最口語的日常短句會話

Unit

13 身體部位

TA03_13.MP3

身體部位 ส่วนของร่างกาย [sùuan kǒng râang gaai]

頭 ศีรษะ [sěe-sà]

ใบหน้า [bai nâa] n. 臉
หน้าผาก [nâa pàak] n. 前額
ตา [dtaa] n. 眼睛
จมูก [jà-mòok] n. 鼻子
ปาก [bpàak] n. 嘴
หู [hǒo] n. 耳朵
คาง [kaang] n. 下巴
ผม [pǒm] n. 頭髮
หนวด [nùuat] n. 鬍子

內臟 อวัยวะภายใน [à-wai-yá-wá paai nai]

อวัยวะ [à-wai-yá-wá] n. 器官
หัวใจ [hǔua jai] n. 心
ตับ [dtàp] n. 肝
ปอด [bpòt] n. 肺
กระเพาะอาหาร [grà-pór aa-hǎan] n. 胃
ม้าม [máam] n. 脾
ดี [dee] n. 膽囊
ลำไส้ [lam sâi] n. 腸
ไต [dtai] n. 腎

感覺 ความรู้สึก [kwaam róo sèuk]

ฟัง [fang] v. 聽
ดม [dom] v. 聞
มอง [mong] v. 看見
จับ [jàp] v. 摸
ชิม [chim] v. 嘗

頸
คอ
[kor]

กระดูกสันหลังส่วนคอ [grà-dòok săn lăng sùuan kor] n. 頸椎
ต้นคอ [dtôn kor] n. 後頸
ลูกกระเดือก [lôok grà-dèuuak] n. 喉結
ต่อมทอนซิล [dtòm ton-sin] n. 扁桃腺
คอหอย [kor hŏi] n. 咽喉
กล่องเสียง [glòng sĭiang] n. 聲帶
หลอดลม [lòt lom] n. 氣管

軀幹
ร่างกาย
[râang gaai]

ไหล่ [lài] n. 肩膀
กระดูกสันหลัง [grà-dòok săn lăng] n. 脊椎
หลัง [lăng] n. 背
พุง [pung] n. 腹腔
ท้อง [tóng] n. 肚子
ท้องน้อย [tóng nói] n. 小腹
ก้น [gôn] n. 臀部
เอว [eo] n. 腰

四肢
แขนและขา
[kăen láe kăa]

แขน [kăen] n. 手臂
ขา [kăa] n. 腿
มือ [meu] n. 手
เท้า [táo] n. 腳
เข่า [kào] n. 膝蓋
ข้อเท้า [kôr táo] n. 腳踝
ข้อศอก [kôr sòk] n. 手肘

Unit 14 常見疾病

TA03_14.MP3

หวัดใหญ่ [wàt yài] n. 流行性感冒

ยาแก้หวัด [yaa gâe wàt] n. 流感藥

เชื้อ [chéuua] n. 病毒

น้ำมูกไหล [náam mòok lăi] n. 流鼻涕

การจาม [gaan jaam] n. 打噴嚏

คัดจมูก [kát jà-mòok] n. 鼻塞

ไข้ [kâi] n. 發燒

感冒
หวัด
[wàt]
常見疾病
การเจ็บป่วย
[gaan jèp bpùuay]
急救
การปฐมพยาบาล
[gaan bpà-tŏm pá-yaa-baan]

ยาทา [yaa taa] n. 藥膏

ปลาสเตอร์ยา [bpláat-dtêr yaa] n. OK繃

ผ้าพันแผล [pâa pan plăe] n. 繃帶

ยาแก้ปวด [yaa gâe bpùuat] n. 止痛藥

ผ้าก๊อซ [pâa gót] n. 紗布

กล่องอุปกรณ์ปฐมพยาบาล
[glòng ù-bpà-gon bpà-tŏm pá-yaa-baan] n. 急救箱

ยาสมุนไพร [yaa sà-mŭn prai] n. 草藥

ยาจีน [yaa jeen] n. 中藥

創傷
อาการบาดเจ็บ
[aa-gaan bàat jèp]

บาดแผล [bàat plăe] n. 傷口

การตกเลือก [gaan dtòk lêuuak] n. 出血、流血

หนอง [nŏng] v. 化膿

แผลไหม้ [plăe mâi] v. 燒傷

รอยแผล [roi plăe] n. 疤痕、傷痕

ฆ่าเชื้อ [kâa chéuua] n. 消毒

การทำแผล [gaan tam plăe] n. 包紮

疼痛
เจ็บปวด
[jèp bpùuat]

อาการปวดฟัน [aa-gaan bpùuat fan] n. 牙痛

ปวดเมื่อย [bpùuat mêuuay] n. 痠痛

ปวดท้อง [bpùuat tóng] n. 肚子痛

ปวดหัว [bpùuat hŭua] n. 頭痛

ปวดบวม [bpùuat buuam] n. 腫痛

เจ็บคอ [jèp kor] n. 喉嚨痛

โรคไมเกรน [rôhk mai-gren] n. 偏頭痛

過敏
โรคภูมิแพ้
[rôhk poom páe]

แพ้ [páe] v. 對…過敏

ยาแก้แพ้ [yaa gâe páe] n. 抗過敏藥

สารก่อภูมิแพ้ [săan gòr poom páe] n. 過敏原

ผิวหนังอักเสบ [pĭw năng àk-sèp] n. 皮膚發炎

โรคหัด [rôhk hàt] n. 蕁痲疹

อีสุกอีใส [ee sùk ee săi] n. 水痘

ผื่น [pèun] n. 皮疹；皮炎；疹

โรคหอบหืด [rôhk hòp hèut] n. 哮喘

泰語的發音與筆順
子音
母音
聲調與拼讀規則
前引字
特殊發音與符號
最常用的文法和句型
最常用的分類單字
最口語的日常短句會話

Unit

15 人生階段

TA03_15.MP3

เกิด [gèrt] n. 出世

เด็ก [dèk] n. 小孩、兒童

เปลเด็ก [bplay dèk] n. 搖籃

ขวดนม [kùuat nom] n. 奶瓶

จุกนม [jùk-nom] n. 奶嘴

รถเข็นเด็ก [rót kĕn dèk] n. 嬰兒車

ตาย [dtaai] v. 去世、死亡

เสียชีวิต [sĭia chee-wít] v. （雅稱）逝世

แสดงความเสียใจ [sà-daeng kwaam sĭia jai] n. 弔唁

งานศพ [ngaan sòp] n. 喪禮、追悼會

ทำพินัยกรรม [tam pí-nai-gam] n. 立遺囑

มรณบัตร [mor-rá-ná-bàt] n. 死亡證明

ชรา [chá-raa] adv. 年老的

เกษียณ [gà-sĭian] n. 退休

คนชรา [kon chá-raa] n. 老年人

บำนาญชราภาพ [bam-naan chá-raa pâap] n. 養老金、退休金

บ้านพักคนชรา [bâan pák kon chá-raa] n. 養老院

ผู้เกษียณ [pôo gà-sĭian] n. 退休者

人生階段
ลำดับช่วงชีวิต
[lam-dàp chûuang chee-wít]
嬰兒
ทารก
[taa-rók]
死亡
ตาย
[dtaai]
老年
วัยชรา
[wai chá-raa]

泰語的發音與筆順

泰語簡介

語音知識

子音

母音

聲調與拼讀規則

前引字

特殊發音與符號

最常用的文法和句型

最常用的分類單字

最口語的日常短句會話

青少年
วัยรุ่น
[wai rûn]

วัยรุ่น [wai rûn] n.（14-19歲）青少年

เด็ก [dèk] n. 兒童

เด็กชาย [dèk chaai] n. 男孩

เด็กหญิง [dèk yǐng] n. 女孩

ผู้หญิง [pôo yǐng] n. 女人

ผู้ชาย [pôo chaai] n. 男人

ผู้ใหญ่ [pôo yài] n. 成年人

成人
ผู้ใหญ่
[pôo yài]

แฟนหนุ่ม [faen nùm] n. 男朋友

แฟนสาว [faen sǎao] n. 女朋友

นาย [naai] n. 先生

นางสาว [naang sǎao] n.（未婚女性）女士

ความรัก [kwaam rák] n. 愛情

แต่งงาน [dtàeng ngaan] n. 婚姻

ครอบครัว [krôp kruua] n. 家庭

中年
วัยกลางคน
[wai glaang kon]

หนักแน่น [nàk nâen] adv. 老練的、穩重的

ได้งานทำ [dâai ngaan tam] n. 就業

มีความรัก [mee kwaam rák] n. 戀愛

มีลูก [mee lôok] n. 生子

การหย่าร้าง [gaan yàa ráang] n. 離婚

ความกดดัน [kwaam gòt dan] adv. 壓力

กังวล [gang-won] v. 擔心

Unit 16 家人親屬

TA03_16.MP3

家人親屬 ญาติพี่น้อง [yâat pêe nóng]

父母 พ่อแม่ [pôr mâe]

พ่อเลี้ยง [pôr líiang] n. 繼父
แม่เลี้ยง [mâe líiang] n. 繼母
พ่อบุญธรรม [pôr bun tam] n. 養父
แม่บุญธรรม [mâe bun tam] n. 養母
พ่อ [pôr] n. 父親
แม่ [mâe] n. 母親

其他親戚 ญาติอื่น ๆ [yâat èun èun]

ลุง [lung] n. 伯父；叔父；舅父；姨父
ป้า [bpâa] n. 姨媽；嬸嬸；姑姑；舅媽
หลานชาย [lăan chaai] n. 侄子；外甥
หลานสาว [lăan săao] n. 侄女；外甥女
ลูกพี่ลูกน้อง [lôok pêe lôok nóng] n. 表（堂）兄弟；表（堂）姊妹

其他家庭成員 ครอบครัวอื่น ๆ [krôp kruua èun èun]

คู่ครอง [kôo krong] n. 夫妻
ภรรยา [pan-rá-yaa] n. 妻子
สามี [săa-mee] n. 丈夫
พี่น้อง [pêe nóng] n. 兄弟姊妹
พี่น้องผู้ชาย [pêe nóng pôo chaai] n. 兄弟
พี่น้องผู้หญิง [pêe nóng pôo yĭng] n. 姊妹

泰語的發音與筆順

簡介 泰語

知識 語音

子音

母音

聲調與拼讀 規則

前引字

特殊發音 與符號

文法和句型 最常用的

分類單字 最常用的

短句會話 最口語的日常

子女
ลูก
[lôok]

ลูกเลี้ยง [lôok líiang] n. 繼子、繼女

ลูกบุญธรรม [lôok bun tam] n. 養子、養女

ลูกชาย [lôok chaai] n. 兒子

ลูกหญิง [lôok yǐng] n. 女兒

ลูกชายคนโต [lôok chaai kon dtoh] n. 長子；繼承人

祖輩
บรรพบุรุษ
[ban-pá-bù-rùt]

ปู่ [bpòo] n. 祖父

ย่า [yâa] n. 祖母

ตา [dtaa] n. 外祖父

ยาย [yaai] n. 外祖母

บรรพบุรุษ [ban-pá-bù-rùt] n. 祖先

ปู่ทวด [bpòo tûuat] n. 曾祖父

ย่าทวด [yâa tûuat] n. 曾祖母

姻親
ญาติที่เกิดจากแต่งงาน
[yâat têe gèrt jàak
dtàeng ngaan]

แต่งงาน [dtàeng ngaan] n. 婚姻

พ่อตา [pôr dtaa] n. 岳父；公公

แม่ยาย [mâe yaai] n. 岳母；婆婆

ลูกเขย [lôok kǒiie] n. 女婿

ลูกสะใภ้ [lôok sà-pái] n. 媳婦

293

Unit 17 動物寵物

TA03_17.MP3

動物寵物 สัตว์และสัตว์เลี้ยง [sàt láe sàt líiang]

鳥類 นก [nók]

กระจอก [grà-jòk] n. 麻雀
นางแอ่น [naang àen] n. 燕子
พิราบ [pí-râap] n. 鴿子
เค้า [káo] n. 貓頭鷹
นางนวล [naang nuuan] n. 海鷗
กระเรียน [grà riian] n. 鶴
กระสา [grà-săa] n. 鸛（鸛）
อินทรี [in-see] n. 鷲

野生動物 สัตว์ป่า [sàt bpàa]

เสือ [sĕuua] n. 老虎
สิงโต [sĭng-dtoh] n. 獅子
ลิง [ling] n. 猴子
ยีราฟ [yee-râaf] n. 長頸鹿
ฮิปโปโปเตมัส
[híp-bpoh-bpoh-dtay-mát] n. 河馬
หมี [mĕe] n. 熊
ช้าง [cháang] n. 大象
หมาป่า [măa bpàa] n. 狼
หมีแพนด้า [mĕe paen-dâa] n. 熊貓
เสือดาว [sĕuua daao] n. 豹

家畜 ปศุสัตว์ [bpà-sù-sàt]

ไก่ [gài] n. 雞
เป็ด [bpèt] n. 鴨
ห่าน [hàan] n. 鵝
วัว [wuua] n. 牛
แกะ [gàe] n. 綿羊
แพะ [páe] n. 山羊
หมู [mŏo] n. 豬
ม้า [máa] n. 馬
ลา [laa] n. 驢

龍物
สัตว์เลี้ยง
[sàt líiang]

งู [ngoo] n. 蛇

สุนัข [sù-nák] n. 狗

แมว [maew] n. 貓

กระต่าย [grà-dtàai] n. 兔子

นกแก้ว [nók gâew] n. 鸚鵡

ปลาทอง [bplaa tong] n. 金魚

เต่าบก [dtào bòk] n. 烏龜

魚類
ปลา
[bplaa]

ปลาหมอ [bplaa mǒr] n. 鯽魚

ปลาคาร์ป [bplaa kâap] n. 鯉魚

ปลาจีน [bplaa jeen] n. 草魚

ปลากัด [bplaa gàt] n. 鬥魚

ปลาดุก [bplaa-dùk] n. 鯰魚

ปลาวาฬ [bplaa waan] n. 鯨魚

ฉลาม [chà-lǎam] n. 鯊魚

ปลานิล [bplaa nin] n. 尼羅吳郭魚

兩棲動物
สัตว์ครึ่งบกครึ่งน้ำ
[sàt krêung bòk krêung náam]

กบ [gòp] n. 青蛙

คางคก [kaang-kók] n. 蟾蜍

จระเข้ [jor-rá-kây] n. 鱷魚

จระเข้อัลลิเกเตอร์
[jor-rá-kây an lí-gay dtêr] n. 短吻鱷

ซาลาแมนเดอร์ [saa laa maen dêr]
n. 蠑螈

ซาลาแมนเดอร์ยักษ์จีน
[saa laa maen dêr yák jeen] n. 娃娃魚

ตัวเงินตัวทอง
[dtuua ngern dtuua tong] n. 大蜥蜴

Unit
18 校園生活

TA03_18.MP3

校園生活
ชีวิตในวิทยาเขต
[chee-wít nai wít-tá-yaa kèt]

教職人員
คณะครู
[ká-ná kroo]

อาจารย์ [aa-jaan] n.（中學／大學）老師、教師

ครู [kroo] n.（小學）教師、老師

อาจารย์ที่ปรึกษา [aa-jaan têe bprèuk-sǎa] n. 導師

ผู้ช่วยอาจารย์ [pôo chûuay aa-jaan] n. 助教、助手

ผู้ช่วยศาสตราจารย์ [pôo chûuay sàat-sà-dtraa-jaan] n. 副教授

ศาสตราจารย์ [sàat-sà-dtraa-jaan] n. 教授

คณะบดี [ka na bo dee] n. 系主任

校園設施
สิ่งอำนวยความสะดวกในวิทยาเขต
[sìng am-nuuay kwaam sà-dùuak nai wít-tá-yaa kèt]

ห้องสมุด [hông sà-mùt] n. 圖書館

บริเวณมหาวิทยาลัย [bor-rí-wen má-hǎa wít-tá-yaa-lai] n. 校園

อาคารเรียน [aa-kaan riian] n. 教學大樓

ห้องบรรยาย [hông ban-yaai] n.（大學裡的）階梯教室

สนามกีฬา [sà-nǎam gee-laa] n. 運動場、操場

โรงอาหาร [rohng aa-hǎan] n. 餐廳、學生食堂

社團
กลุ่ม / สมาคม
[glùm] / [sà-maa-kom]

กิจกรรม [gìt-jà-gam] n. 活動

องค์การ [ong gaan] n. 組織

เวลาว่าง [way-laa wâang] n. 空閒時間、業餘時間

ประธาน [bprà-taan] n. 主席

สมาชิก [sà-maa-chík] n. 成員、會員

外籍學生
นักศึกษาต่างชาติ
[nák sèuk-săa dtàang châat]

นักศึกษา [nák sèuk-săa] n. 大學

นักศึกษาชาย [nák sèuk-săa chaai] n.（男）大學生

นักศึกษาหญิง [nák sèuk-săa yĭng] n.（女）大學生

นักศึกษาแลกเปลี่ยน [nák sèuk-săa lâek bplìian] n. 交換留學生

นักเรียน [nák riian] n. 學生

院系
คณะ
[ká-ná]

ประวัติศาสตร์ศิลปะ [bprà-wàt sàat sĭn-lá-bpà] n. 藝術史

วิศวกรรมศาสตร์ [wít-sà wá gam sàat] n. 工程學

แพทยศาสตร์ [pâet-tá-yà sàat] n. 醫學

วรรณคดี [wan-ná-ká-dee] n. 文學

ปรัชญา [bpràt-yaa] n. 哲學

เศรษฐศาสตร์ [sèt-tà-sàat] n. 經濟學

科目
วิชา
[wí-chaa]

ชีววิทยา [chee-wá-wít-tá-yaa] n. 生物

เคมี [kay-mee] n. 化學

ภูมิศาสตร์ [poom săa sòt] n. 地理、地理學

ประวัติศาสตร์ [bprà-wàt-ti sàat] n. 歷史

คณิตศาสตร์ [ká-nít-dtà-sàat] n. 數學

ฟิสิกส์ [fí-sìk] n. 物理

ภาษาไทย [paa-săa tai] n. 泰語

ภาษาจีน [paa-săa jeen] n. 中文

泰語的發音與筆順
泰語簡介
語音知識
子音
母音
聲調與拼讀規則
前引字
特殊發音與符號
最常用的文法和句型
最常用的分類單字
最口語的日常短句會話

Unit 19 居家住宅

TA03_19.MP3

โทรทัศน์ [toh-rá-tát] n. 電視機
โซฟา [soh-faa] n. 沙發
โต๊ะรับแขก [dtó ráp kàek] n. 茶几
พรมชิ้น [prom chín] n. 地毯
หมอนอิง [mŏn ing] n. 靠墊

客廳 ห้องรับแขก [hông ráp kàek]

รั้ว [rúua] n. 籬笆
การทำสวน [gaan tam sŭuan] n. 園藝
ไม้กระถาง [mái grà-tăang] n. 盆栽
กระถางต้นไม้ [grà-tăang dtôn mái] n. 花盆
หญ้า [yâa] n. 草、草地
ต้นไม้ [dtôn mái] n. 樹
สวนผัก [sŭuan pàk] n. 菜園

花園 สวน [sŭuan]

居家住宅 บ้านและที่อยู่อาศัย [bâan láe têe yòo aa-săi]

อ่างล้างหน้า [àang láang nâa] n. 洗手台
อ่างอาบน้ำ [àang àap náam] n. 浴缸
หัวฝักบัว [hŭua fàk buua] n. 蓮蓬頭
ชักครก [chák krók] n. 馬桶
เครื่องซักผ้า [krêuuang chák pâa] n. 洗衣機
สบู่ [sà-bòo] n. 肥皂
เครื่องเป่าผม [krêuuang bpào pŏm] n. 吹風機
เครื่องทำน้ำร้อน [krêuuang tam náam rón] n. 熱水器

洗手間 ห้องน้ำ [hông náam]

廚房
ห้องครัว
[hông kruua]

อุปกรณ์รับประทานอาหาร
[ù-bpà-gon ráp bprà-taan aa-hăan] n. 餐具、器皿

เครื่องล้างจาน [krêuuang láang jaan] n. 洗碗機

เครื่องดูดควัน [krêuuang dòot kwan] n. 抽油煙機

ตู้เย็น [dtôo yen] n. 冰箱

เตาไมโครเวฟ [dtao mai-kroh-wêf] n. 微波爐

หัวเตาเซรามิกฝังเคาน์เตอร์
[hŭua dtao say-raa mík-făng kao-dtêr] n. 電磁爐

เตาอบ [dtao òp] n. 烤爐、烤箱

เครื่องปั่น [krêuuang bpàn] n. 榨汁機

กาต้มน้ำ [gaa dtôm náam] n. 熱水壺

臥室
ห้องนอน
[hông non]

เตียง [dtiiang] n. 床

โต๊ะข้างเตียง [dtó kâang dtiiang] n. 床頭櫃

ที่นอน [têe non] n. 墊子、床墊

ผ้าห่ม [pâa hòm] n. 被子、毯子

หมอน [mŏn] n. 枕頭

ตู้เสื้อผ้า [dtôo sêuua pâa] n. 衣櫃

โคมไฟข้างเตียง [kohm fai kâang dtiiang] n. 床頭燈

ผ้าม่าน [pâa mâan] n. 窗簾

書房
ห้องหนังสือ
[hông năng-sĕu]

ชั้นวางหนังสือ [chán waang năng-sĕu] n. 書架

โต๊ะเรียน [dtó riian] n. 書桌椅

โคมไฟตั้งโต๊ะ [kohm fai dtâng dtó] n. 檯燈

โต๊ะคอมพิวเตอร์ [dtó kom-piw-dtêr] n. 電腦桌

เก้าอี้ [gâo-êe] n. 椅子

โซฟาเบด [soh-faa bèt] n. 沙發床

หนังสือ [năng-sĕu] n. 書

泰語的發音與筆順
泰語簡介
語音知識
子音
母音
聲調與拼讀規則
前引字
特殊發音與符號
最常用的文法和句型
最常用的分類單字
最口語的日常短句會話

Unit

20 服裝飾品

TA03_20.MP3

服裝飾品 เสื้อผ้าและเครื่องแต่งกาย [sêuua pâa láe kay rêu dtàeng gaai]

服裝 เสื้อนอก [sêuua nôk]

เสื้อกล้าม [sêuua glâam] n. 背心

เสื้อผู้หญิง [sêuua pôo yǐng] n. 女用上衣

เสื้อเชิ้ต [sêuua chért] n. 男用襯衫

เสื้อไหมพรม [sêuua mǎi prom] n. 毛衣

เสื้อนอกลำลอง [sêuua nôk lam-long] n. 西裝外套

เสื้อโคต [sêuua kôht] n. 大衣、長外套

ชุดสูททำงาน [chút sòot tam ngaan] n. 西裝

เสื้อยืด [sêuua yêut] n. T恤

首飾 เครื่องประดับ [krêuuang bprà-dàp]

แหวน [wǎen] n. 戒指

ต่างหู [dtàang hǒo] n. 耳環

อัญมณี [an-yá-má-nee] n. 寶石

สร้อยคอ [sôi kor] n. 項鍊

สร้อยไข่มุก [sôi kài múk] n. 珍珠項鍊

กำไรมือ [gam-rai meu] n. 手鐲

配飾 เครื่องตกแต่ง [krêuuang dtòk dtàeng]

เนกไท [nêk tai] n. 領帶

ผ้าพันคอ [pâa pan kor] n. 圍巾

ถุงมือ [tǔng meu] n. 手套

ผ้าคลุม [pâa klum] n. 頭巾

กิ๊บติดผม [gíp dtìt pǒm] n. 髮夾

หูกระต่าย [hǒo grà-dtàai] n. 蝴蝶結

เข็มขัด [kěm kàt] n. 腰帶

泰語的發音與筆順

簡介 泰語知識 語音

子音

母音

聲調與拼讀規則

前引字

特殊發音與符號

文法和句型 最常用的

分類單字 最常用的

最口語的日常短句會話

褲子和裙子

กางเกงและกระโปรง

[gaang-geng láe grà-bprohng]

กางเกงขายาว [gaang-geng kăa yaao] n. 長褲

กางเกงวอร์ม [gaang-geng wom] n. 保暖褲

กางเกงขาสั้น [gaang-geng kăa sân] n. 短褲

ชุดราตรี [chút raa-dtree] n. 晚禮服

ชุดกระโปรง [chút grà-bprohng] n. 連身裙

ชุดกระโปรงชั้นใน [chút grà-bprohng chán nai]
n. 襯裙

กระโปรงสั้น [grà-bprohng sân] n. 短裙

鞋襪

รองเท้าและถุงเท้า

[rong táo láe tŭng táo]

รองเท้าบูทกันฝน [rong-táo-bòot gan fŏn] n. 靴子；雨鞋

รองเท้าหนัง [rong táo năng] n. 皮鞋

รองเท้าแตะ [rong táo dtàe] n. 拖鞋

รองเท้ามีสายรัด [rong táo mee săai rát] n. 涼鞋

รองเท้าส้นสูง [rong táo sôn sŏong] n. 高跟鞋

รองเท้ากีฬา [rong táo gee-laa] n. 運動鞋

ถุงเท้าสั้น [tŭng táo sân] n. 短襪

ถุงน่องแบบเต็มตัว [tŭng nông bàep dtem dtuua] n. 連褲絲襪

ถุงน่อง [tŭng nông] n. 絲襪

ถุงเท้า [tŭng táo] n. 襪子

帽子

หมวก

[mùuak]

หมวกแก๊ป [mùuak gáep] n. 帽子、便帽

หมวกปีกกว้าง [mùuak bpèek gwâang] n. 大禮帽

หมวกกันแดด [mùuak gan dàet] n. 遮陽帽

หมวกเบสบอล [mùuak bèt bon] n. 棒球帽

หมวกฟาง [mùuak faang] n. 草帽

หมวกสักหลาด [mùuak sàk-gà-làat] n. 紳士帽

หมวกขนสัตว์ [mùuak kŏn sàt] n. 毛帽

Unit 21 顏色

TA03_21.MP3

顏色 สี [sěe]

紅色 สีแดง [sěe daeng]

สีแดงเลือดนก [sěe daeng lêuuat nók] adv. 胭脂紅的

สีคล้ำ [sěe klám] adv. 暗紅色的

สีแดงสด [sěe daeng sòt] adv. 鮮紅色的

สีชาด [sěe châat] adv. 朱紅色的

สีแดงเบอกันดี [sěe daeng ber gan dee] adv. 酒紅色的

สีชมพู [sěe chom-poo] adv. 粉紅色的

สีชมพูอ่อน [sěe chom-poo òn] adv. 淺粉紅色的

สีแดงเข้ม [sěe daeng kêm] adv. 緋紅的

其他顏色 สีอื่น ๆ [sěe èun èun]

สีน้ำตาล [sěe nám dtaan] adv. 棕色的

สีม่วง [sěe mûuang] adv. 紫色的

สีเทา [sěe tao] adv. 灰色的

สีกาแฟ [sěe-gaa fae] adv. 咖啡色

สีจาง [sěe jaang] adv. 淡色的

สีเข้ม [sěe kêm] adv. 深色的

綠色 สีเขียว [sěe kǐieow]

สีเขียวเหมือนหญ้า [sěe kǐieow měuuan yâa] adv. 草綠色的

สีเขียวใบไม้ [sěe kǐieow bai mái] adv. 葉綠色的

สีเขียวอ่อน [sěe kǐieow òn] adv. 淺綠色的

สีเขียวสด [sěe kǐieow sòt] adv. 亮綠色的

สีเขียวศิลาดล [sěe kǐieow sì-laa don] adv. 灰綠色的

สีเขียวทหาร [sěe kǐieow tá-hǎan] adv. 軍綠色的

สีเขียวมะกอก [sěe kǐieow má-gòk] adv. 橄欖綠的

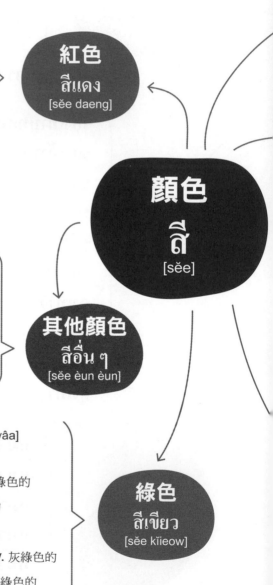

泰語的發音與筆順

簡介 泰語

知識 語音

子音

母音

規則 聲調與拼讀

前引字

與符號 特殊發音

文法和句型 最常用的

分類單字 最常用的

短句會話 最口語的日常

白色
สีขาว
[sĕe kǎao]

สีเมล็ดข้าวสาร [sĕe má-lét kâao sǎan] adv. 米色的

สีงาช้าง [sĕe ngaa cháang] adv. 象牙色

สีขาวอ่อน [sĕe kǎao òn] adv. 淡白色的

หิมะขาว [hì-má kǎao] adv. 雪白的

สีเงิน [sĕe ngern] adv. 銀色的

สีไข่มุก [sĕe kài múk] adv. 珍珠白的

สีขาวสด [sĕe kǎao sòt] adv. 亮白色的

黃色
สีเหลือง
[sĕe lĕuuang]

สีเหลืองอ่อน [sĕe lĕuuang òn] adv. 淡黃的

สีเหลืองมะนาว [sĕe lĕuuang má-naao] adv. 檸檬黃的

สีทอง [sĕe tong] adv. 金黃的

สีส้ม [sĕe sôm] adv. 橘色的

สีกากี [sĕe-gaa gee] adv. 土黃色

สีเหลืองอมชมพู [sĕe lĕuuang om chom-poo]

adv. 杏黃色的

藍色
สีน้ำเงิน
[sĕe náam ngern]

สีน้ำเงินอ่อน [sĕe náam ngern òn] adv. 淡藍色的

สีน้ำเงินเข้ม [sĕe náam ngern kêm] adv. 深藍色的

สีฟ้าใส [sĕe fáa sǎi] adv. 亮藍色的

สีฟ้า [sĕe fáa] adv. 天藍色的

ทะเลสาบสีฟ้า [tá-lay sàap sĕe fáa] adv. 湖水藍的

สีเขียวอมน้ำเงิน [sĕe kǐieow om náam ngern]

adv. 青綠色的

303

Unit
22 公共場所

TA03_22.MP3

เครื่องเบิกเงินสด [krêuuang bèrk ngern sòt]
n. 提款機

บัตรเดบิต [bàt day-bìt] n. 銀行卡

บัตรเครดิต [bàt kray-dìt] n. 信用卡

เช็ค [chék] n. 支票

จำนวนเงิน [jam-nuuan ngern] n. 金額

นำฝาก [nam fàak] v. 存入

เอาออก [ao òk] v. 取出

ฝากเงิน [fàak ngern] v. 存款

ถอนเงิน [tŏn ngern] n. 取款

ตำรวจ [dtam-rùuat] n. 警察

แจ้งความ [jâeng kwaam] v. 報警

รถตำรวจ [rót dtam-rùuat] n. 警車

ปืน [bpeun] n. 手槍

จู่โจม [jòo johm] v. 襲擊

ค่าส่ง [kâa sòng] n. 郵資

กรอก [gròk] v. 填寫

ลงทะเบียน [long tá-biian] v. 註冊、登記

แสตมป์ [sà-dtaem] n. 郵票

บุรุษไปรษณีย์ [bù-rùt bprai-sà-nee] n. 郵差

ตู้ไปรษณีย์ [dtôo bprai-sà-nee] n. 郵筒

โปสการ์ด [bpòht-gàat] n. 明信片

พัสดุ [pát-sà-dù] n. 包裹

銀行
ธนาคาร
[tá-naa-kaan]

公共場所
สถานที่สาธารณะ
[sà-tăan têe săa-taa-rá-ná]

警局
สถานีตำรวจ
[sà-tăa-nee dtam-rùuat]

郵局
ที่ทำการไปรษณีย์
[têe tam gaan bprai-sà-nee]

醫院
โรงพยาบาล
[rohng pá-yaa-baan]

- คลินิก [klí-nìk] n. 診所
- แผนกต่าง ๆ [pà-nàek dtàang] n. 科室
- แพทย์ [pâet] n. 醫生
- พยาบาล [pá-yaa-baan] n. 護士
- คนไข้ [kon kâi] n. 病人
- ห้องตรวจโรค [hông dtrùuat rôhk] n. 診間
- หอผู้ป่วย [hŏr pôo bpùuay] n. 病房
- การนัดพบแพทย์ [gaan nát póp pâet] n. 預約
- ลงทะเบียน [long tá-biian] v. 掛號

公司
บริษัท
[bor-rí-sàt]

- บริษัทมหาชน [bor-rí-sàt má-hăa chon] n. 上市公司
- บริษัทเอกชน [bor-rí-sàt èk-gà-chon] n. 私營公司
- บริษัทจำกัด [bor-rí-sàt jam-gàt] n. 有限責任公司
- สำนักงานใหญ่ [săm-nák ngaan yài] n. 總公司
- สาขา [săa-kăa] n. 分公司
- แผนก [pà-nàek] n. 部門

學校
โรงเรียน
[rohng riian]

- โรงเรียนอนุบาล [rohng riian à-nú-baan] n. 幼兒園
- โรงเรียนประถม [rohng riian bprà-tŏm] n. 小學
- มัธยมต้น [mát-tá-yom dtôn] n. 初中
- มัธยมปลาย [mát-tá-yom bplaai] n. 高中
- มหาวิทยาลัย [má-hăa wít-tá-yaa-lai] n. 高等院校
- วิทยาลัย [wít-tá-yaa-lai] n. 高等專科學校

泰語的發音與筆順 泰語簡介 語音知識 子音 母音 聲調與拼讀規則 前引字 特殊發音與符號 最常用的文法和句型 最常用的分類單字 最口語的日常短句會話

Unit
23 交通運輸

TA03_23.MP3

ถนน [tà-nŏn] n. 道路

รางรถ [raang rót] n. 軌道

สัญญาณไฟจราจร

[săn-yaan fai jà-raa-jon] n. 紅綠燈

เครื่องหมายจราจร

[krêuuang măai jà-raa-jon] n. 交通標誌

กฎจราจร [gòt jà-raa-jon] n. 交通規則

อุบัติเหตุจราจร

[ù-bàt-dtì-hèt jà-raa-jon] n. 交通事故

ขนส่ง [kŏn sòng] v. 運輸、運送

交通
การจราจร
[gaan jà-raa-jon]

交通運輸
การคมนาคม
[gaan ká-má-naa-kom]

เรือเฟอร์รี [reuua fer ree] n. 渡輪

เรือยอชต์ [reuua yôt] n. 遊艇

เรือใบขนาดเล็ก [reuua bai kà-nàat lék] n. 帆船

เรือประมง [reuua bprà-mong] n. 漁船

ท่าเรือ [tâa reuua] n. 港口

ท่าเทียบเรือ [tâa tîiap reuua] n. 碼頭

船
เรือ
[reuua]

เฮลิคอปเตอร์ [hay-lí-kóp-dtêr] n. 直升機

เครื่องบินโดยสาร [krêuuang bin doi săan] n. 客機

สนามบิน [sà-năam bin] n. 機場

กระเป๋าเดินทาง [grà-bpăo dern taang] n. 行李

บัตรผ่านขึ้นเครื่องบิน

[bàt pàan kêun krêuuang bin] n. 登機證、機票

ขึ้นจากพื้น [kêun jàak péun] v. 起飛

ลงจอด [long jòt] v. 降落

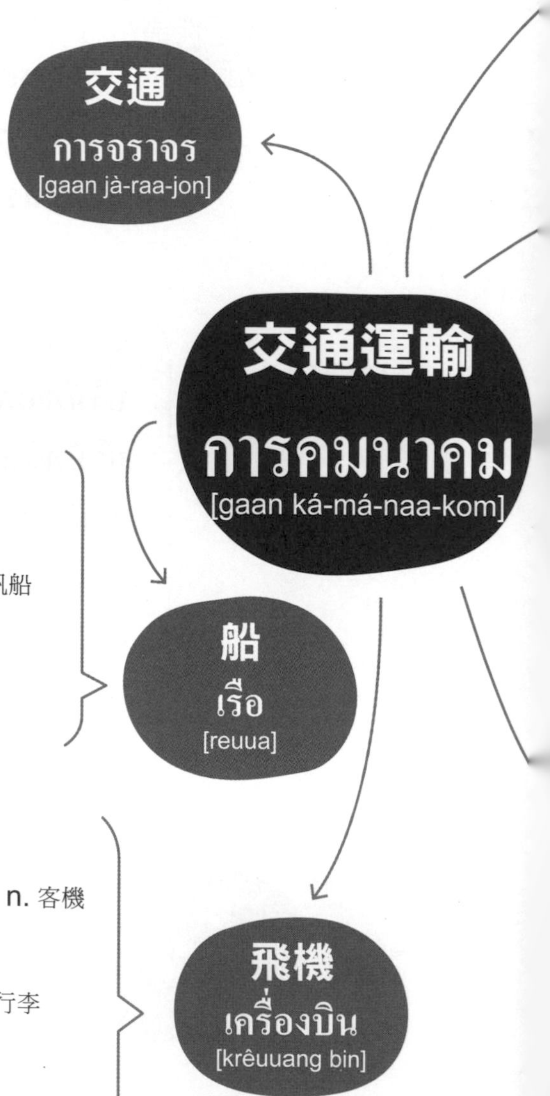

飛機
เครื่องบิน
[krêuuang bin]

306

私家車
รถยนต์ส่วนตัว
[rót yon sùuan dtuua]

รถขนาดเล็ก [rót kà-nàat lék]　n. Mini car

รถเก๋ง [rót gĕng]　n. 轎車

รถมินิแวน [rót mí-ní waen]　n. 小客車

รถสปอร์ต [rót sà-bpòt]　n. 跑車

รถลีมูซีน [rót lee moo seen]　n. 高級轎車

รถบรรทุก [rót ban-túk]　n. 卡車

公共汽車
รถโดยสารประจำทาง
[rót doi săan bprà-jam taang]

กริ่ง [grìng]　n. 下車鈴

รถโรงเรียน [rót rohng riian]　n. 校車

รถรับส่งประจำทาง

[rót ráp sòng bprà-jam taang]　n. 公車

รถมินิบัส [rót mí-ní bàt]　n. 小型公共汽車

รถนำเที่ยว [rót nam tîieow]　n. 遊覽車

รถโดยสารประจำทางสองชั้น

[rót doi săan bprà-jam taang sŏng chán]

n. 雙層巴士

ตารางเวลา [dtaa-raang way-laa]　n. 時刻表

ค่าโดยสาร [kâa doi săan]　n. 車費

列車站
สถานีรถไฟ
[sà-tăa-nee rót fai]

รถไฟความเร็วสูง [rót fai kwaam reo sŏong]　n. 高速列車

รถไฟขนส่งสืนค้า [rót fai kŏn sòng sĭn káa]　n. 貨運列車

รถไฟใต้ดิน [rót fai dtâi din]　n. 地鐵

รถไฟรางเดี่ยว [rót fai raang dìieow]　n. 單軌列車

ชานชาลา [chaan chaa-laa]　n. 站台、月台

ตู้รถไฟ [dtôo rót fai]　n. （客）車廂

ห้องโถงสถานนี [hông tŏhng sà-tăan nee]　n. 車站大廳

ที่นั่ง [têe nâng]　n. 座位

泰語的發音與筆順

簡介 泰語

知識 語音

子音

母音

規則 聲調與拼讀

前引字

與符號 特殊發音

文法和句型 最常用的

分類單字 最常用的

短句會話 最口語的日常

Unit
24 辦公用品

TA03_24.MP3

ดินสอ [din-sŏr] n. 鉛筆

ปากกา [bpàak gaa] n. 原子筆

ปากกาลูกกลื่น [bpàak gaa lôok lêun]
n. 圓珠筆

ปากกาเจล [bpàak gaa jen] n. 中性筆

พู่กัน [pôo gan] n. 毛筆

ดินสอสี [din-sŏr sĕe] n. 彩色鉛筆

ชอล์ก [chók] n. 粉筆

書寫文具
เครื่องเขียน
[krêuuang kĭian]

ยางลบ [yaang lóp] n. 橡皮擦、擦布

กระเป๋าหนังสือ [grà-bpăo năng-sĕu]
n. 書包

หมึก [mèuk] n. 墨水

น้ำยาลบคำผิด [nám yaa lóp kam pìt]
n. 修正液

ไม้บรรทัด [mái ban-tát] n. 直尺

辦公用品
เครื่องใช้สำนักงาน
[krêuuang chái săm-nák
ngaan]

其他文具
เครื่องเขียนอื่น ๆ
[krêuuang kĭian èun
èun]

คอมพิวเตอร์ [kom-piw-dtêr] n. 電腦

เครื่องพิมพ์ [krêuuang pim] n. 印表機

เครื่องถ่ายเอกสาร
[krêuuang tàai gà-săan] n. 影印機

สแกนนอร์ [sà-gaen nor] n. 掃瞄器

โปรเจคเตอร์ [bproh jay dtêr] n. 投影機

เครื่องทำลายเอกสาร
[krêuuang tam laai èk-gà-săan] n. 碎紙機

電器
เครื่องใช้ไฟฟ้า
[krêuuang chái fai fáa]

工具類
อุปกรณ์ต่าง ๆ [ù-bpà-gon dtàang dtàang]

กบเหลาดินสอ [gòp lăo din-sŏr] n. 削鉛筆機、削鉛筆器

กรรไกร [gan-grai] n. 剪刀

ลวดเสียบกระดาษ [lûuat sìiap grà-dàat] n. 迴紋針

เทปใส [têp săi] n. 透明膠帶

กาวน้ำ [gaao náam] n. 膠水

เทปกาวสองหน้า [têp gaao sŏng nâa] n. 雙面膠

ที่เย็บกระดาษ [têe yép grà-dàat] n. 訂書機

ลูกแม็ก [lôok máek] n. 訂書針

本、冊
เล่ม [lêm]

สมุดจด [sà-mùt jòt] n. 筆記本

สมุดบันทึก [sà-mùt ban-téuk] n. 記事本

กระดาษ [grà-dàat] n. 紙張

สมุด [sà-mùt] n. 本子

สมุดแบบฝึกหัด [sà-mùt bàep fèuk hàt] n. 練習冊、練習簿

กระดาษโน้ต [grà-dàat nóht] n. 便箋

文件收納
การจัดเก็บเอกสาร [gaan jàt gèp èk-gà-săan]

กระเป๋าเอกสาร [grà-bpăo èk-gà-săan] 文件夾；公事包

แฟ้มเอกสาร [fáem èk-gà-săan] 文件夾

แฟ้มแบบขยาย [fáem bàep kà-yăai] 格式文件夾

แฟ้มกล่อง [fáem glòng] 文件盒

แฟ้มห่วง [fáem hùuang] 檔案夾

ซองใส่เอกสาร [song sài èk-gà-săan] 文件袋

泰語的發音與筆順
子音
母音
聲調與拼讀規則
前引字
特殊發音與符號
最常用的文法和句型
最常用的分類單字

Unit 25 國家城市

TA03_25.MP3

國家與城市 ประเทศแล้วเมือง [bprà-têt láew meuuang]

歐洲 ทวีปยุโรป [tá-wêep yú-ròhp]

เยอรมนี [yer-rá-má-nee] n. 德國

สวิตเซอร์แลนด์ [sà-wìt-sêr-laen] n. 瑞士

ออสเตรีย [òt-dtriia] n. 奧地利

ลักเซมเบิร์ก [lák-sem-bèrk] n. 盧森堡

สเปน [sà-bpen] n. 西班牙

ฝรั่งเศส [fà-ràng-sèt] n. 法國

อังกฤษ [ang-grìt] n. 英國

อิตาลี [ì-dtaa-lee] n. 義大利

大洋洲 ทวีปออสเตรเลีย [tá-wêep òt-dtray-liia]

ออสเตรเลีย [òt-dtray-liia] n. 澳大利亞、澳洲

นิวซีแลนด์ [niw-see-laen] n. 紐西蘭

หมู่เกาะโซโลมอน [mòo-gòr-soh-loh-mon] n. 所羅門群島

ฟิจิ [fí-jì] n. 斐濟

ปาปัวนิวกินี [bpaa-bpuua-niw-gì-nee] n. 巴布亞紐幾內亞

非洲 ทวีปแอฟริกา [tá-wêep àef-rí-gaa]

อียิปต์ [ee-yíp] n. 埃及

แอฟริกาใต้ [àef-rí-gaa dtâi] n. 南非

เคนยา [ken-yaa] n. 肯亞

เอธิโอเปีย [ay-tí-oh-bpiia] n. 衣索比亞

แอลจีเรีย [aen-jee-riia] n. 阿爾及利亞

โมร็อกโก [moh-rók-goh] n. 摩洛哥

ลิเบีย [lí-biia] n. 利比亞

คองโก [kong-goh] n. 剛果

北美洲
ทวิปอเมริกาเหนือ
[tá-wíp à-may-rí-gaa něuua]

สหรัฐอเมริกา [sà-hà rát à-may-rí-gaa] n. 美國

แคนาดา [kae-naa-daa] n. 加拿大

เม็กซิโก [mék-sí-goh] n. 墨西哥

คิวบา [kiw-baa] n. 古巴

เฮติ [hay-dtì] n. 海地

จาเมกา [jaa-may-gaa] n. 牙買加

南美洲
ทวีปอเมริกาใต้
[tá-wêep à-may-rí-gaa dtâi]

ชิลี [chí-lee] n. 智利

เปรู [bpay-roo] n. 祕魯

บราซิล [braa-sin] n. 巴西

อาร์เจนตินา [aa-jen-dtì-naa] n. 阿根廷

อุรุกวัย [ù-rúk-wai] n. 烏拉圭

ปารากวัย [bpaa-raa-gwai] n. 巴拉圭

โคลัมเบีย [koh-lam-biia] n. 哥倫比亞

เอกวาดอร์ [ay-gwaa-dor] n. 厄瓜多爾

亞洲
ทวีปเอเชีย
[tá-wêep ay-chiia]

ฮ่องกง [hông-gong] 香港

ไต้หวัน [dtâi-wăn] 台灣

จีน [jeen] n. 中國

ญี่ปุ่น [yêe-bpùn] n. 日本

เกาหลีใต้ [gao-lěe dtâi] n. 韓國

เกาหลีเหนือ [gao-lěe něuua] n. 北韓

สิงคโปร์ [sǐng-ká-bpoh] n. 新加坡

เวียดนาม [wîiat-naam] n. 越南

ลาว [laao] n. 寮國

พม่า [pá-mâa] n. 緬甸

กัมพูชา [gam-poo-chaa] n. 柬埔寨

ไทย [tai] n. 泰國

泰語的發音與筆順
子音
母音
聲調與拼讀規則
前引字
特殊發音與符號
最常用的文法和句型
最常用的分類單字
最口語的日常短句會話

Unit 26 其他生物

TA03_26.MP3

其他生物
สัตว์อื่นๆ
[sàt èun èun]

節肢動物
สัตว์ขาปล้อง
[sàt kăa bplông]

ปู [bpoo] n. 螃蟹

กุ้ง [gûng] n. 蝦子

ล็อบสเตอร์ [lóp-sà-dtêr] n. 龍蝦

แมงมุม [maeng mum] n. 蜘蛛

แมงป่อง [maeng bpòng] n. 蠍子

ก้ามปู [gâam bpoo] n. 螯

ใยแมงมุม [yai maeng mum] n. 蜘蛛網

軟體動物
สัตว์ไม่มีกระดูกสันหลัง
[sàt mâi mee grà-dòok săn lăng]

หอยกาบ [hŏi gàap] n. 蛤蜊

ปลาหมึกกล้วย [bplaa mèuk glûuay] n. 魷魚

ปลาหมึกยักษ์ [bplaa mèuk yák] n. 章魚

ไส้เดือน [sâi deuuan] n. 蚯蚓

ปลิง [bpling] n. 水蛭

หอยทาก [hŏi tâak] n. 蝸牛

เปลือก [bplèuuak] n. 殼

การสืบพันธุ์แบบไม่อาศัยเพศ
[gaan sèup pan bàep mâi aa-săi pêt]
n. 無性生殖

ดูดเลือด [dòot lêuuat] n. 吸血

危險昆蟲
แมลงที่เป็นอันตราย
[má-laeng têe bpen an-dtà-raai]

ตั๊กแตนตำข้าว [dták-gà-dtaen dtam kâao] n. 螳螂

แตนยักษ์ [dtaen yák] n. 虎頭蜂

ผึ้ง [pêung] n. 蜜蜂

ตะขาบ [dtà-kàap] n. 蜈蚣

ราชินีผึ้ง [raa-chí-nee pêung] n. 女王蜂

เหล็กใน [lèk nai] n. 蜂針

常見昆蟲
แมลงที่พบเห็นทั่วไป
[má-laeng têe póp hěn tûua bpai]

หนอน [nŏn] n. 毛毛蟲

ผีเสื้อ [pěe sêuua] n. 蝴蝶

ผีเสื้อกลางคืน [pěe sêuua glaang keun] n. 蛾

มด [mót] n. 螞蟻

ตั๊กแตน [dták-gà-dtaen] n. 蝗蟲

จิ้งหรีด [jîng-rèet] n. 蟋蟀

แมงเต่าทอง [maeng dtào tong] n. 瓢蟲

หิ่งห้อย [hìng-hôi] n. 螢火蟲

ด้วง [dûuang] n. 獨角仙

ด้วงคีม [dûuang keem] n. 鍬形蟲

จักจั่น [jàk-gà-jàn] n. 蟬

แมลงปอ [má-laeng bpor] n. 蜻蜓

害蟲
ศัตรูพืช
[sàt-dtroo pêut]

แมงวัน [maeng wan] n. 蒼蠅

ยุง [yung] n. 蚊子

แมงสาบ [maeng sàap] n. 蟑螂

ปลวก [bplùuak] n. 白蟻

เห็บ [hèp] n. 跳蚤

ไรฝุ่น [rai fùn] n. 塵蟎

เหา [hǎo] n. 蝨子

泰語的發音與筆順

簡介 泰語

知識 語音

子音

母音

規則 聲調與拼讀

前引字

與符號 特殊發音

文法和句型 最常用的

分類單字 最常用的

短句會話 最口語的日常

Unit
27 泰國特色

TA03_27.MP3

วันจักรี [wan jàk-gree] n. 卻克里王朝紀念日

วันสงกรานต์ [wan sŏng-graan] n. 潑水節

วันลอยกระทง [wan loi grà-tong] n. 水燈節

วันพ่อแห่งชาติ [wan pôr hàeng châat]

n. （現任國王誕辰）父親節

วันแม่แห่งชาติ [wan mâe hàeng châat]

n. （現任皇后誕辰）母親節

วันวิสาขบูชา [wan wí-sǎa-kà-boo-chaa]

n. 衛塞節

重大節日
วันสำคัญ
[wan săm-kan]

泰國特色
ของดีเมืองไทย
[kŏng dee meuuang tai]

ต้มยำ [dtôm yam] n. 泰式酸辣湯

ส้มตำ [sôm dtam] n. 辣味青木瓜沙拉

ต้มข่าไก่ [dtôm-kàa gài] n. 椰子燉雞湯

กระเพราหมู [grà prao mŏo] n. 打拋豬肉

สาคูรวมมิตร [sǎa koo ruuam-mít] n. 摩摩喳喳

ชาไทย [chaa tai] n. 泰式奶茶

美食小吃
อาหารไทย
[aa-hǎan tai]

วัดอรุณ [wát à-run] n. 鄭王廟

วัดพระแก้ว [wát prá gâew] n. 玉佛寺

แม่น้ำเจ้าพระยา [mâe náam jâo prá yaa]

n. 昭披耶河

เชียงราย [chiiang-raai] n. 清萊

เชียงใหม่ [chiiang-mài] n. 清邁

อยุธยา [à-yút-tá-yaa] n. 大城

ภูเก็ต [poo-gèt] n. 普吉島

重要景點
สถานที่ท่องเที่ยว
[sà-tăan têe tông
tîieow]

小乘佛教
ศาสนาพุธ
[sàat-sà-năa pút]

- **วัด** [wát] n. 寺
- **พระพรม** [prá prom] n. 四面佛
- **พระสงฆ์** [prá sŏng] n. 僧侶
- **ไหว้** [wâai] n. 雙手合十
- **ตักบาตร** [dtàk bàat] n. 布施、齋僧
- **รามเกียรติ์** [raam-má-giian] n. （泰國史詩）《拉馬堅》
- **ยักษ์** yák n. 夜叉

觀光資源
การท่องเที่ยว
[gaan tông tîieow]

- **มวยไทย** [muuay tai] n. 泰拳
- **คาบาเร่โชว์** [kaa-baa rây choh] n. 人妖秀
- **นวดแผนโบราณ** [nûuat păen boh-raan] n. 古式按摩
- **ช้าง** [cháang] n. 大象
- **ตัวเงินตัวทอง** [dtuua ngern dtuua tong] n. 澤巨蜥
- **สัตว์ป่า** [sàt bpàa] n. 野生動物

觀光行為
การเที่ยวชม
[gaan tîieow chom]

- **ขี่ช้าง** [kèe cháang] n. 騎大象
- **ชมการแสดง** [chom gaan sà-daeng] n. 看表演
- **นั่งเรือ** [nâng reuua] n. 搭遊船
- **สวมชุดไทย** [sŭuam chút tai] n. 泰服體驗
- **เล่นบาร์นาน่าโบ๊ท** [lên baa-naa-nâa bóht] n. 玩香蕉船
- **เล่นพาราเซล** [lên paa-raa-sell] n. 玩水上拖曳傘

泰語的發音與筆順
子音
母音
聲調與拼讀規則
前引字
特殊發音與符號
最常用的文法和句型
最常用的分類單字

4

句型會話課
最口語的日常短句會話

Unit
01 寒暄介紹

TA04_01.MP3

Step 1 最常用的場景句子

1. สวัสดีครับ [sà-wàt-dee kráp] （男）你好！

答 **สวัสดีค่ะ** （女）你好！

2. สวัสดีตอนเช้า / สวัสดีตอนบ่าย / สวัสดีตอนเย็น
[sà-wàt-dee dton-cháo · sà-wàt-dee dton-bàai · sà-wàt-dee dton-yen]
早安。／午安。／晚安。

同 **อรุณสวัสดิ์ / ทิวาสวัสดิ์ / ราตรีสวัสดิ์** 早安／午安／晚安。

3. คุณชื่ออะไรคะ / ครับ [kun chêu à-rai ká · kráp] 你叫什麼名字？

答 **ฉันชื่อจางจื่อเจวียนค่ะ** （女）我叫張子娟。
ผมชื่อสมคิดครับ （男）我叫頌逖。

4. คุณสบายดีไหมคะ [kun sà-baai dee mǎi ká] 你好嗎？

答 **ผมสบายดี / เฉยๆ / ไม่ค่อยดีครับ** 我很好。／一般般。／不太好。

5. คุณคือคุณสมคิดใช่ไหมคะ [kun keu kun sǒm kít châi mǎi ká] 你是頌逖先生嗎？

答 **ใช่ครับ / ไม่ใช่ครับ** 是的。／不是。

6. นี่คือนามบัตรของฉันค่ะ [nêe keu naam bàt kŏng chăn kâ] **這是我的名片。**

7. คุณรู้จักคุณหวังหรือเปล่าครับ [kun róo jàk kun wăng rĕu bplào kráp]
你認識王先生／小姐嗎？

(同) **คุณรู้จักคุณหวังไหมคะ** 你認識王先生／小姐嗎？

8. คุณมาจากไหนครับ [kun maa jàak năi kráp] **你從哪裡來？（你是哪裡人？）**

(答) **ฉันมาจากประเทศไทยค่ะ** 我從泰國來的。

9. คุณเป็นคนที่ไหนครับ [kun bpen kon têe năi kráp] **你是哪裡人？（具體地方）**

(答) **ฉันเป็นคนไทเปค่ะ** 我是台北人。

10. ยินดีที่ได้รู้จักครับ [yin dee têe dâai róo jàk kráp] **很高興認識你！**

(答) **เช่นกัน / เช่นเดียวกันครับ** 我也一樣。

(同) **ดีใจที่ได้พบคุณค่ะ** 遇到你很開心。

11. ลาก่อนนะคะ [laa gòn ná ká] **再見！**

(同) **พบกันใหม่นะครับ** 下次見！

พบกันใหม่วันพรุ่งนี้ค่ะ 明天見！

泰語簡介
語音知識
子音
母音
聲調與拼讀規則
前引字
特殊發音與符號
最常用的文法和句型
最常用的分類單字
最口語的日常短句會話

Step 2 最常用的場景對話

▶ บทสนทนา 1 พบกันครั้งแรก

สมคิด : สวัสดีครับ
ซูซูกิ : สวัสดีค่ะ
สมคิด : ผมชื่อสมคิด คุณชื่ออะไรครับ
ซูซูกิ : ฉันชื่อซูซูกิค่ะ
สมคิด : คุณมาจากไหนครับ
ซูซูกิ : ฉันมาจากประเทศญี่ปุ่นค่ะ คุณสมคิดเป็นคนที่ไหนคะ
สมคิด : ผมเป็นคนเชียงใหม่ครับ
ซูซูกิ : ยินดีที่ได้รู้จักค่ะ
สมคิด : เช่นเดียวกันครับ

▶ 對話 1　初次見面

頌遜：你好！
鈴木：你好！
頌遜：我叫頌遜，你叫什麼名字？
鈴木：我叫鈴木。
頌遜：你從哪裡來？
鈴木：我來自日本，頌遜先生是哪裡人？
頌遜：我是清邁人。
鈴木：很高興認識你！
頌遜：我也是！

文法點播

❶ 泰語中人稱代名詞中有男女使用的區別，男性的我用 ผม，女性的我用 ฉัน / ดิฉัน。

❷ 為了表示尊重，泰國人在每句話結尾都會使用 ครับ / ค่ะ / คะ 作為結尾語氣詞，並無實際意義。男性用 ครับ，女性用 ค่ะ / คะ，其中女性的 ค่ะ 用於陳述句，คะ 用於疑問句。

子音
母音
聲調與拼讀規則
前引字
特殊發音與符號
最常用的文法和句型
最常用的分類單字
最口語的日常短句會話

▶ บทสนทนา 2 ความทำรู้จักกัน

สุมานี : สวัสดีค่ะ

คุณหวัง : สวัสดีครับ

สุมานี : คุณคือคุณหวังใช่ไหมคะ

คุณหวัง : ใช่ครับ คุณชื่ออะไรครับ

สุมานี : ฉันชื่อสุมานีค่ะ เป็นนักศึกษาจากประเทศไทยค่ะ

คุณหวัง : ดีใจที่ได้พบคุณครับ

สุมานี : เช่นกันค่ะ

คุณหวัง : วันนี้มีธุระ ลาก่อนนะครับ

สุมานี : พบกันใหม่นะคะ

▶ 對話 2　互相認識

素瑪尼：你好！

小王：你好！

素瑪尼：你是王先生嗎？

小王：是的，你叫什麼名字？

素瑪尼：我叫素瑪尼，是泰國學生。

小王：很高興認識你。

素瑪尼：我也一樣。

小王：今天有事情，我先告辭。

素瑪尼：好的，再會！

文化連結

泰國人見面時會行合十禮，並互道 สวัสดีค่ะ / สวัสดีครับ（你好）。行合十禮時，依身分的不同，動作也有異。晚輩或下級應先向長輩和上級行禮，以示尊敬。行禮時，需雙手舉至前額高度；平輩行禮時，雙手舉至與鼻子平齊即可；長輩或上級還禮時，雙手舉至胸部高度即可。

Unit 02 日常生活

TA04_02.MP3

Step 1 最常用的場景句子

1. มาจากที่ไหนครับ [maa jàak têe năi kráp] 你從哪裡來？

同 **คุณมาจากที่ไหนคะ** 你從哪兒來？

* 日常人際交往中常用問句。**คุณ** 可以翻譯為「你」或者「您」。人稱代名詞還有 **ผม**（我。用於男性），**ดิฉัน**（我。用於女性），**หนู**（用於晚輩對長輩的自稱）；**เขา**（他、她）。

2. เขามากรุงเทพฯทำอะไรครับ [kăo mâak rung têp têp tam à-rai kráp] 他／她來曼谷做什麼？

答 **มาเที่ยวค่ะ** 他來旅遊。

* 對某人去某地的行為提問時使用。**ไป** 是表示趨向的動詞，可以解釋為「去」；也可以當作副詞使用，即為「太…過了」、「繼續」之意。

3. ยินดีต้อนรับมากรุงเทพฯ ครับ [yin dee dtôn ráp mâak rung têp têp · kráp] 歡迎你來曼谷！

同 **ยินดีต้อนรับมาประเทศไทยค่ะ** 歡迎你來泰國！

* 對某人來到某地的行為表示歡迎。**ประเทศ** 即是「國、國家」。

4. ช่วยเขียนที่อยู่เป็นภาษาไทยให้หน่อยได้ไหมครับ [chûuay kĭian têe yòo bpen paa-săa tai hâi nòi dâai măi kráp] 請問，可以幫我寫出這個地址的泰文嗎？

答 **ได้ค่ะ** 可以！/ **ไม่ได้ค่ะ** 不可以！

* 請求他人幫助時使用的疑問句。

5. กรุงเทพฯ เป็นเมืองที่สวยงามเมืองหนึ่งครับ
[grung têp têp · bpen meuuang têe sŭuay ngaam meuuang nèung kráp]
曼谷是一座美麗的城市。

(同) **ฮวาเหลียนเป็นเมืองที่สวยงามเมืองหนึ่งค่ะ** 花蓮是一座美麗的城市。

＊對城市發出讚美時常用的陳述句。**เมือง** 可以翻譯為「城、城市、城鎮」。

6. กรุงเทพฯ ห่างจากเชียงใหม่ไกลไหมครับ
[grung têp têp · hàang jàak chiiang-mài glai măi kráp] **曼谷離清邁遠嗎？**

(關) **กรุงเทพฯ ห่างจากเชียงใหม่ไกลมากค่ะ** 曼谷離清邁很遠。
กรุงเทพฯ ห่างจากเชียงใหม่ไม่ไกลค่ะ 曼谷離清邁不遠。

＊此句型常用於提問、描述兩地之間的距離。

7. กรุงเทพฯ ใหญ่กว่าเชียงใหม่ใช่ไหมครับ
[grung têp têp · yài gwàa chiiang-mài châi măi kráp] **曼谷比清邁大嗎？**

(關) **เชียงใหม่เล็กกว่ากรุงเทพฯ ใช่ไหมคะ** 清邁比曼谷小嗎？

＊日常生活中對兩樣物品的大小進行比較時使用的疑問句。

8. กรุงเทพฯ เล็กกว่าเชียงใหม่มากใช่ไหมครับ
[grung têp têp · lék gwàa chiiang-mài mâak châi măi kráp] **曼谷比清邁小得多是嗎？**

(關) **เชียงใหม่ใหญ่กว่ากรุงเทพฯ มากใช่ไหมคะ** 清邁比曼谷大得多是嗎？

＊日常生活中對兩個地區的大小進行比較時使用的疑問句。

9. จะไปกรุงเทพฯ อย่างไรครับ [jà bpai grung têp · yàang rai kráp] **要怎麼去曼谷？**

(答) **นั่งเครื่องบินไปค่ะ** 搭飛機去。

＊提問日常行為進行方式的常用句型。

10. ต้องใช้เวลานานเท่าไรครับ [dtông chái way-laa naan tâo rai kráp] **需要多久時間？**

(答) **ต้องใช้เวลาหนึ่งชั่วโมงกว่าค่ะ** 需要一個多小時。

＊提問日常行為發生時間的常用句型。

子音
母音
聲調與拼讀規則
前引字
特殊發音與符號
最常用的文法和句型
最常用的分類單字
最口語的日常短句會話

Step 2 最常用的場景對話

▶ บทสนทนา 1 การเดินทางประจำวัน

โบว์ : คุณมาจากไหนครับ
หลี่เซียงหลิง : ดิฉันมาจากไทเปค่ะ
โบว์ : มากรุงเทพฯ ทำอะไรครับ
หลี่เซียงหลิง : มาเที่ยวค่ะ กรุงเทพฯเป็นเมืองที่สวยงามเมืองหนึ่งค่ะ
โบว์ : คุณมากรุงเทพฯอย่างไรครับ
หลี่เซียงหลิง: นั่งเครื่องบินมาครับ
โบว์ : จากเมืองไทเปมากรุงเทพฯต้องใช้เวลานานเท่าไรครับ
หลี่เซียงหลิง : ต้องใช้เวลาสามชั่วโมงกว่าค่ะ
โบว์ : ยินดีต้อนรับมากรุงเทพฯครับ

▶ 對話 1　日常出行（一）

波波：妳從哪裡來？
李香伶：我從台北來。
波波：妳來曼谷做什麼？
李香伶：我來曼谷旅遊，曼谷是一座美麗的城市。
波波：你怎麼來曼谷的？
李香伶：我搭飛機來的。
波波：從台北到曼谷需要多久時間呢？
李香伶：需要三個多小時。
波波：歡迎妳來曼谷。

文法點播

❶ ขอ 當作動詞時，譯為「要、索取」、「請求」、「祝福」；作為謙辭（謙虛的說法）時，表示「客氣」的意思。

❷ ไหน 在泰語中當作副詞使用，表示詢問，一般置於句尾，表示「哪、哪裡」的意思。

▶ บทสนทนา 2 การเดินทางประจำวัน

ดี๋ : เชียงใหม่เป็นเมืองที่สวยงามเมืองหนึ่ง เชียงใหม่เล็กกว่ากรุงเทพฯมากใช่ไหมครับ]

หลี่เซียงหลิง : ใช่ค่ะ

ดี๋ : เชียงใหม่ห่างจากกรุงเทพฯ ไกลไหมครับ

หลี่เซียงหลิง : เชียงใหม่ห่างจากกรุงเทพฯ ไม่ไกลค่ะ

ดี๋ : ผมจะไปเชียงใหม่อย่างไรครับ

หลี่เซียงหลิง : นั่งเครื่องบินไปค่ะ

ดี๋ : ต้องใช้เวลานานเท่าไรครับ

หลี่เซียงหลิง : ต้องใช้เวลาหนึ่งชั่วโมงกว่าค่ะ

▶ 對話 2　日常出行（二）

小迪：清邁是一個美麗的城市。清邁比曼谷小得多是嗎？

李香伶：是的。

小迪：清邁離曼谷遠嗎？

李香伶：清邁離曼谷不遠。

小迪：我要怎麼去清邁呢？

李香伶：搭飛機去。

小迪：需要多久時間？

李香伶：需要一個多小時。

文化連結

泰國的首都曼谷是擁有世界上名稱最長的城市，在泰語中的全稱是：กรุงเทพมหานคร อมรรัตรโกสินทร์ มหินทรายุธยา มหาดิลกภพ นพรัตนราชธานีบูรีรมย์ อุดมราชนิเวศน์มหาสถาน อมรพิมานอวตารสถิต สักกะทัตติยวิษณุกรรมประสิทธิ์，中文翻譯為「天使之城，宏偉之城，永恆的寶石之城」。泰語簡稱 กรุงเทพฯ（曼谷），曼谷也是東南亞地區的第二大城市。

子音
母音
聲調與拼讀規則
前引字
特殊發音與符號
最常用的文法和句型
最常用的分類單字
最口語的日常短句會話

Unit
03 電話交流

TA04_03.MP3

Step 1 最常用的場景句子

---

1. ฮัลโหล ขอเรียนสายนานาครับ [han-lŏh · kŏr riian săai naa-naa kráp]
你好！請找一下娜娜。

* **ฮัลโหล** 源自英文的「hello」，意為「你好」。用於熟識的朋友之間。

---

2. สวัสดีค่ะ ขอพูดกับมานีค่ะ [sà-wàt-dee kâ · kŏr pôot gàp maa-nee kâ]
您好！請找一下瑪妮。

* **สวัสดี** 意為「您好；再見」。是泰語最常用的寒暄用語。**ขอพูดกับมานี** 直譯是「要和瑪妮說話」，這是電話泰語中的常用語，是禮貌和客氣的表現。

---

3. กรุณารอสักครู่ครับ [gà-rú-naa ror sàk krôo kráp] 請稍等一下。

⊛ **กรุณาพูดอีกครั้ง** 請再說一遍。

* **กรุณา** 意為「勞駕、請、懇請」，是禮貌和客氣的表現。

---

4. ขอโทษค่ะ คุณหวังตอนนี้ไม่อยู่ค่ะ
[kŏr tôht kâ · kun wăng dton-née mâi yòo kâ] 不好意思，王先生／小姐不在。

⊛ **คุณพูดภาษาไทยได้ไหม** 你會說泰語嗎？

* **คุณ** 常見含義有：①恩德；效能；德行；②泰語第二人稱代名詞，意為「你，您」；③冠在人名或稱呼前的敬語。

5. ไม่ทราบว่าใครกำลังพูดครับ [mâi sâap wâa krai gam-lang pôot kráp]
不曉得您是哪位？

(同) **ไม่ทราบว่าใครพูดอยู่ครับ** 不曉得您是哪位？

(答) **ผมคือวิชัยครับ** 我是維差。

* **ทราบ** 意為「知、悉、知道、曉得」，是禮貌和客氣的表現。同義詞為 **รู้**。

6. คุณต้องการหาใครครับ [kun dtông gaan · hăa krai kráp] 請問您找誰？

(答) **ดิฉันต้องการคุยกับนานาค่ะ** 我要找娜娜。

* **คุย** 意為「聊天、談話」。

7. หมายเลขที่ท่านเรียกไม่สามารถติดต่อได้ในขณะนี้ [măai lêk têe tân rîiak mâi săa-mâat dtìt dtòr dâai nai kà-nà née] 您撥打的電話暫時無法接通。

(關) **ขอเรียกรถแท็กซี่ค่ะ** 請叫一下計程車。

* **เรียก** 原意為「叫、叫喚；稱為、叫作」，在此譯為「撥打」。

8. ฮัลโหล คุณคงยังไม่ได้วางสายนะ [han-lŏh · kun kong yang mâi dâai waang săai ná]
喂！您還沒掛電話吧！

* **วาง** 意為「放置、安放」，**สาย** 原意為「線、線路、路線」，文中意為「電話」，**วางสาย** 譯為「掛電話」。

9. กรุณาพูดอีกครั้ง สัญญาณไม่ดีค่ะ [gà-rú-naa pôot èek kráng · săn-yaan mâi dee kâ]
請再說一遍，信號不好。

* **สัญญาณ** 意為「信號」，例如 **สัญญาณจราจร** 是「交通信號」的意思。

10. คุณช่วยบอกได้ไหมว่าวิชัยจะกลับมาเมื่อไหร่ [kun chûuay bòk dâai măi wâa wí chai jà glàp maa mêuua rài] 您能告訴我維差什麼時候回來嗎？

(答) **ประมาณบ่าย๒โมงค่ะ** 大約下午兩點。

* **เมื่อไหร่** 意為「什麼時候」，多用於口語，同義詞為「**เมื่อไร**」，多用於書面語。

泰語的發音與筆順
泰語簡介
語音知識
子音
母音
聲調與拼讀規則
前引字
特殊發音與符號
最常用的文法和句型
最常用的分類單字
最口語的日常短句會話

Step 2 最常用的場景對話

▶ บทสนทนา 1 การฝากข้อความไว้โดยโทรศัพท์

มานี : สวัสดีค่ะ

วิชัย : สวัสดีครับ ขอพูดกับนานาครับ

มานี : เขาไม่อยู่ ออกไปซื้อของแล้วค่ะ

วิชัย : คุณบอกผมได้ไหมว่าเขาจะกลับมาเมื่อไหร่ครับ

มานี : ไม่ทราบค่ะ มีอะไรจะฝากไหม

วิชัย : ผมคือวิชัยครับ ให้นานาโทรกลับด้วยครับ ขอบคุณครับ

มานี : ไม่เป็นไรค่ะ สวัสดีค่ะ

▶ 對話 1　電話留言

瑪尼：你好！
維差：妳好，請娜娜接電話。
瑪尼：她不在，她出去買東西了。
維差：妳能告訴我她什麼時候回來嗎？
瑪尼：不知道呢，有什麼要轉告的嗎？
維差：我是維差，請娜娜回個電話給我，謝謝！
瑪尼：不客氣，再見！

文法點播

ขอพูดกับ 原意是「要和…說話」，因此譯為「請找…」。這是打電話找人的常用語，是禮貌和客氣的表現。
如果是朋友、熟人或者上級對下級，則可以說「อยู่ไหม」（…在嗎？）。

泰語的發音與筆順

簡介 泰語

知識 語音

子音

母音

規則 聲調與拼讀

前引字

與符號 特殊發音

文法和句型 最常用的

分類單字 最常用的

短句會話 最口語的日常

▶ **บทสนทนา 2 การปรึกษาหารือทางโทรศัพท์**

วิชัย : สวัสดีครับ ที่นี่บริษัทท่องเที่ยวกรุงเทพฯ ครับ

หวางอวี่ถิง : สวัสดีค่ะ ขอเรียนสายคุณมานีค่ะ

วิชัย : ครับ กรุณารอสักครู่ครับ

มานี : สวัสดีค่ะ หวางอวี่ถิง

หวางอวี่ถิง : ไม่ทราบว่าคุณยุ่งไหมคะ ฉันอยากถามเรื่องท่องเที่ยวภูเก็ตค่ะ

มานี : ขอโทษค่ะ เดี๋ยวนี้ยุ่งจริงๆ ขอโทรกลับอีกครึ่งชั่วโมงได้ไหมคะ

หวางอวี่ถิง : ได้ค่ะ งั้นวางสายก่อนนะ สวัสดีค่ะ

มานี : ค่ะ สวัสดีค่ะ

▶ **對話 2　電話諮詢**

維差：您好！曼谷旅遊公司。

王玉婷：您好！請幫我接一下瑪妮。

維差：好的，請稍等一下。

瑪妮：是王玉婷嗎？你好！

王玉婷：你在忙嗎？我想諮詢一下去普吉島旅遊的事情。

瑪妮：不好意思，我現在有點忙，半個小時後我回電話給妳可以嗎？

王玉婷：可以的，我那先掛了，再見！

瑪妮：好的，再見！

文化連結

泰國境內各地通話費一般為3泰銖／分鐘，國際長途為5～7泰銖／分鐘。
撥打市內電話（桌機）要先撥「02」，撥打手機先撥「01」。
在泰國撥打台灣國內電話：001+886+區號+電話號碼。
在台灣撥打泰國國內電話：00266+區號+電話號碼。

Unit

04 閒話聊天

TA04_04.MP3

Step 1 最常用的場景句子

1. โดยทั่วไปแล้ว เราชอบไปโรงหนัง [doi tûua bpai láew · rao chôp bpai rohng năng]
通常我們喜歡去電影院。

* **แล้ว** 通常被用於表示已經完成或已經經歷過的事情，有「已、已經、…了」的意思。

2. หนังไทยที่เราชอบดูได้แก่ สิ่งเล็กๆที่เรียกกว่ารัก ฉลาดเกมส์โกง อยากรักก็รักเลย [năng tai têe rao chôp doo dâai gàe · sìng lék lék têe rîiak gwàa rák · chà-làat gam gohng · yàak rák gôr rák loiie] **我們喜歡看泰國電影，譬如《初戀那件小事》、《模犯生》、《拉小手》。**

* **ได้แก่**（例如；即）通常作為連接詞使用，後面接一個或者多個名詞，用於具體解釋、說明前面所提及的名詞所指代的事物。

3. ในโรงหนังนี้มีแต่เด็กๆ ทั้งนั้น [nai rohng năng née mee dtàe dék · táng nán]
這個電影院都是小孩。

* **ทั้งนั้น** 通常用於句尾，一般用於口語表達。

4. มีน้ำแข็งไหมครับ [mee náam kăeng nai dtuua măi kráp] **有含冰塊嗎？**

(關) **ชานมมีน้ำแข็งไหมคะ?** 奶茶裡面有含冰塊嗎？

5. เป็นความคิดที่ดี [bpen kwaam kít têe dee] 這個想法很好。

(反) **เป็นความคิดที่แย่มาก** 這個想法很糟糕。

* **ความคิด** 是名詞，可以翻譯為「想法、主意」。

6. ล้อมรอบไปด้วยกลิ่นหอม [lóm rôp bpai dûuay glìn hŏm] 被香味所環繞。

(關) **โรงอาหารล้อมรอบไปด้วยกลิ่นหอม** 食堂被香味所環繞。

* **ล้อมรอบไปด้วย** 意思是「被…所環繞」，常用於描寫「多、滿」的情景。

7. มีหนังอะไรคะ [mee năng à-rai ká] 有什麼電影？

(關) **คืนนี้มีหนังอะไรคะ** 今晚有什麼電影？

* **คืน** 有「夜、夜間、夜晚；退還」的意思。

8. มีหลายชนิด [mee lăai chá-nít] 有多種類型。

(關) **โรงหนังมีหนังฉายหลายชนิด** 電影院有多種類型的電影。

* **ชนิด** 為名詞，為「種類、類型」之意，通常用於表示大種類的事物。

9. โรงหนังมีอุปกรณ์หนังครบ [rohng năng mee ù-bpà-gon năng króp] 電影院的設備很齊全。

(關) **โรงหนังมีอุปกรณ์หนังครบไหมคะ** 電影院的設備齊全嗎？

* **ครบ** 為副詞，通常譯為「齊全、完備、全」，也可以譯為「滿、足額、期滿」。

10. พบกันใหม่ [póp gan mài] 再見。／再會。／下次見。

(同) **ลาก่อน** 告辭。／再見。

* **พบ** 為「遇見、發現、見面」的意思。

子音
母音
聲調與拼讀規則
前引字
特殊發音與符號
最常用的文法和句型
最常用的分類單字
最口語的日常短句會話

Step 2 最常用的場景對話

▶ บทสนทนา 1 ไปดูหนัง

มานี : พวกเราจะไปไหนกันดีคะ
จางจื้อเหว่ย : ผมอยากจะไปดูหนังครับ
มานี : ดิฉันอยากดูหนังเกี่ยวกับการสืบสวนค่ะ
จางจื้อเหว่ย : เป็นความคิดที่ดีครับ แล้วคืนนี้จะไปดูกันไหมครับ
มานี : คืนนี้มีหนังเกี่ยวกับการสืบสวนหลายเรื่องค่ะ ดูเรื่องไหนดีคะ
จางจื้อเหว่ย : ไปดูหนังเรื่อง "ยอดนักสืบจิ๋วโคนัน" ดีไหมครับ
มานี : ดีค่ะ เราไปดูที่สยามสแควร์นะคะ
จางจื้อเหว่ย : ได้ครับผม ใกล้บ้านดีครับ
มานี : งั้นเจอกัน 1 ทุ่มนะคะ
จางจื้อเหว่ย : ครับ

▶ 對話 1　去看電影

瑪尼：我們去哪裡好呢？
張志偉：我想去看電影。
瑪尼：我想看偵探片。
張志偉：好主意，那今晚一起去看電影如何？
瑪尼：今晚有好幾部偵探電影，看什麼好呢？
張志偉：那我們去看《名偵探柯南》好嗎？
瑪尼：好呀。去就去暹羅廣場吧！
張志偉：好，離家也比較近。
瑪尼：那我們晚上 19:00 見吧！
張志偉：好的。

文法點播

泰語的 ด้วย 當作介詞的時候，為「因為，由於」的意思，後面接名詞。

▶ บทสนทนา 2 อยู่โรงหนัง

มานี : วันนี้โรงหนังมีแต่เด็กทั้งนั้นค่ะ
จางจื้อเหว่ย : ครับ รอบๆล้อมรอบไปด้วยเสียงจ้อกแจ้กครับ
มานี : วันนี้ซื้อตั๋วแถมของที่ระลึกด้วยค่ะ
จางจื้อเหว่ย : ใช่ครับ ผมชอบมากเลยครับ
มานี : หนังเรื่อง "ยอดนักสืบจิ๋วโคนัน" สนุกไหมคะ
จางจื้อเหว่ย : ยอดเยี่ยมมากครับ
มานี : โดยทั่วไปแล้วจะมีโพสต์เครดิตหลังหนังฉายเสร็จค่ะ
จางจื้อเหว่ย : ครับ ผมชอบติดตามโพสต์เครดิตมากครับ

▶ 對話 2　在電影院

瑪尼：今天電影院裡全是小孩子。
張志偉：對，到處都吵得要死。
瑪尼：今天買票附贈紀念品。
張志偉：是呀！我非常喜歡。
瑪尼：《名偵探柯南》這部電影有趣嗎？
張志偉：簡直太棒了。
瑪尼：通常影片放映結束會有彩蛋。
張志偉：是的，我很喜歡彩蛋。

文化連結

泰國民眾非常尊敬國王，在泰國隨處可以見到泰國國王的畫像。在泰國的電影院內，每次開播之前都會奏《國王頌歌》。當歌曲響起時，觀眾們會保持安靜並起立致敬，靜待歌曲奏完。

子音
母音
聲調與拼讀規則
前引字
特殊發音與符號
最常用的文法和句型
最常用的分類單字
最口語的日常短句會話

Unit 05 餐廳用餐

TA04_05.MP3

Step 1 最常用的場景句子

1. คุณหิวไหมครับ [kun hĭw măi kráp] **你會餓嗎？**

同 คุณหิวหรือยังคะ 你餓了嗎？

答 ค่ะ ดิฉันหิวมากค่ะ 是的，我很餓。

2. คุณไปทานอาหารกับผมที่ร้านอาหารไหมครับ
[kun bpai taan aa-hăan gàp pŏm têe ráan aa-hăan măi kráp] **你要和我一起去餐廳吃飯嗎？**

同 คุณจะไปกินข้าวกับฉันไหมคะ 你要和我去吃飯嗎？

3. คุณครับ มีโต๊ะว่างหรือเปล่าครับ [kun kráp · mee dtó wâang rĕu bplào kráp]
請問有座位嗎？

答 มีค่ะ เชิญค่ะ 有座位，請進。

4. น้อง ขอรายการอาหารด้วยนะครับ [nóng · kŏr raai gaan aa-hăan dûuay ná kráp]
先生（小姐），請給我們菜單。

同 น้อง ขอดูเมนูหน่อยนะคะ 服務員，請給我們拿一下菜單。

答 ครับผม นี่ครับ รายการอาหาร 好的，這是菜單。

5. คุณต้องการอาหารแบบไหนครับ อาหารจีนหรืออาหารไทยครับ
[kun dtông gaan aa-hăan bàep năi kráp · aa-hăan jeen rĕu aa-hăan tai kráp]
您想用哪種餐？中餐還是泰國菜？

答 อาหารไทยค่ะ 泰國菜。

6. คุณจะรับประทานอาหารอะไรครับ [kun jà ráp bprà-taan aa-hăan à-rai kráp]
您要點什麼？

(答) **เราขอ ต้มยำกุ้ง ส้มตำ แกงเขียวหวานและยำวุ้นเส้นค่ะ**
我們要泰式酸辣湯、涼拌木瓜沙拉、綠咖喱雞和涼拌粉絲。

7. รับเครื่องดื่มอะไรครับ [ráp krêuuang dèum à-rai kráp] **要喝點什麼飲料呢？**

(答) **ขอกาแฟสองแก้วค่ะ** 兩杯咖啡。

8. ต้องการอะไรอีกไหมครับ [dtông gaan à-rai èek măi krá] **還需要點什麼嗎？**

(答) **ไม่ต้องแล้วค่ะ** 不需要了。

9. น้อง เช็คบิลล์ครับ [nóng · chék bin kráp] **服務員，買單。**

(同) **น้อง เก็บตังค์ค่ะ** 服務員，買單。

(答) **ครับ สักครู่ครับ** 好的，請稍等。

10. นี่ครับใบบิลล์ครับ [nêe kráp bai bin kráp] **這是帳單。**

11. ขอบคุณมากค่ะ ครั้งหน้ามาใหม่นะคะ
[kòp kun mâak kâ · kráng nâa maa mài ná ká] **謝謝，歡迎下次光臨！**

泰語的發音與筆順
泰語簡介
語音知識
子音
母音
聲調與拼讀規則
前引字
特殊發音與符號
最常用的文法和句型
最常用的分類單字
最口語的日常短句會話

Step 2 最常用的場景對話

▶ บทสนทนา 1 คุยกันเรื่องกิน

สมชาย : วันนี้กินอะไรกันดีล่ะครับ

นิตยา : วันนี้ฉันอยากไปทานในร้านอาหารค่ะ

สมชาย : ในร้านอาหารมีอาหารอะไรบ้างครับ

นิตยา : คุณต้องการอาหารแบบไหนคะ อาหารตามสั่งหรืออาหารชุดคะ

สมชาย : ขออาหารชุดครับ ผมต้องการชุดข้าวมันไก่
คุณนิตยาครับ คุณทราบว่า อาหารชุดทานคู่กับเครื่องดื่มอะไรไหมครับ

นิตยา : คู่กับโค้กหนึ่งแก้วค่ะ

สมชาย : เยี่ยมเลย ผมชอบดื่มโค้ก งั้นคุณอยากกินอะไรครับ

นิตยา : เหมือนกับคุณค่ะ

▶ 對話 1　討論吃什麼

頌猜：今天要一起吃點什麼呢？

妮達雅：今天我想去餐廳吃飯。

頌猜：餐廳裡有什麼吃的？

妮達雅：你想吃哪種餐？單點菜還是套餐？

頌猜：套餐，我想要一份雞油飯套餐。
妮達雅，妳知道搭配的飲料是什麼嗎？

妮達雅：套餐搭配的是一杯可樂。

頌猜：那太好了，我喜歡喝可樂。那妳想吃什麼？

妮達雅：和你一樣。

文法點播

สั่ง 本意為「命令、吩咐」，由此引申出「點菜」、「訂購」等含義。例如：

❶ เราต้องทำตามคำสั่ง 我們要執行命令。

❷ คุณสั่งอาหารหรือเปล่าคะ 您點菜了嗎？

❸ สินค้าเหล่านี้ สั่งซื้อมาจากไหน 這些貨是從哪裡訂購的？

▶ บทสนทนา 2 ทานอาหารในร้านอาหาร

สมชัย : คุณหลี่ชอบทานอะไร สั่งได้เลย ไม่ต้องเกรงใจครับ

คุณหลี่ : ตามสบายค่ะ ฉันทานได้ทุกอย่างค่ะ

สมชัย : อาหารทะเลในร้านนี้มีชื่อเสียงมาก คุณหลี่ลองชิมดูนะครับ

คุณหลี่ : ก็ดีเหมือนกันค่ะ

สมชัย : ขอหอยนางรมสด 1 ที่ ปูทะเล 1 ที่ กุ้งสด 2 ที่ ผักบุ้ง2 ที่ และ ก๋วยเตี๋ยวผัด 2 จานครับ

คุณหลี่ : ค่ะ รอสักครู่ค่ะ

...

คุณหลี่ : อาหารอร่อยจริงๆ ฉันทานอิ่มมากค่ะ

สมชัย : หนู คิดเงินด้วยครับ

▶ 對話 2　在餐廳點餐

頌猜：李小姐喜歡吃什麼呢？請儘管點，不必客氣。

李小姐：隨便，我吃什麼都可以。

頌猜：這家店的海鮮很有名，李小姐可以嚐嚐。

李小姐：好呀！

頌猜：來一份生蠔、一份紅蟳、兩份鮮蝦、兩份空心菜和兩份炒米粉。

服務員：好的，馬上來。

……

李小姐：真好吃，我吃得很飽。

頌猜：服務員，請結帳。

文化連結

泰國人通常用叉子和勺子吃飯。在吃泰式炒河粉、粉條和麵條之類的食物時才使用筷子。

子音
母音
聲調與拼讀規則
前引字
特殊發音與符號
最常用的文法和句型
最常用的分類單字
最口語的日常短句會話

Unit

06 商場購物

TA04_06.MP3

Step 1 最常用的場景句子

1. ดิฉันช่วยอะไรคุณได้บ้างคะ [dì-chăn chûuay à-rai kun dâai bâang ká]
有什麼能為您服務的嗎？

同 **มีอะไรให้ฉันช่วยไหมคะ** 我能為你做什麼嗎？

2. มีอุปกรณ์กีฬาบ้างไหมครับ ผมอยากซื้ออุปกรณ์กีฬาครับ
[mee ù-bpà-gon gee-laa bâang măi kráp · pŏm yàak séu ù-bpà-gon gee-laa kráp]
這裡有運動裝備嗎？我想買運動裝備。

3. ที่ห้างสรรพสินค้าอาจจะมีขายค่ะ [têe hâang sàp sĭn káa àat jà mee kăai kâ]
百貨公司應該有賣。

同 **คุณไปดูที่ห้างสรรพสินค้าได้ครับ อาจจะมีขายครับ** 百貨商店有賣的。

4. คุณต้องการอะไรคะ [kun dtông gaan à-rai ká] 您要買些什麼呢？

同 **คุณอยากซื้ออะไรครับ** 您需要些什麼？

5. ขอดูรองเท้ากีฬาหน่อยครับ [kŏr doo rong táo gee-laa nòi kráp]
請拿運動鞋給我看看。

6. คุณชอบสีอะไรคะ [kun chôp sěe à-rai ká] 你喜歡什麼顏色？

㊂ **ขอดูรองเท้าสีขาวหน่อยครับ** 請讓我看看白色的那雙鞋。

7. ผมขอลองหน่อยได้ไหมครับ [pǒm kǒr long nòi dâai mǎi kráp]
我可以試穿一下嗎？

8. รองเท้าคู่นี้หลวมไปหน่อย ที่เล็กกว่านี้มีไหมครับ
[rong táo kôo née lǔuam bpai nòi têe lék gwàa née mee mǎi kráp]
這雙鞋有點大，還有小一點的嗎？

㊂ **มีค่ะ เดี๋ยวเอามาให้นะคะ** 有，馬上拿給您。

9. มีรุ่นใหม่ของปีนี้ไหมครับ [mee rûn mài kǒng bpee née mǎi kráp] 有今年的新款嗎？

(同) **มีแบบใหม่ของปี นี้ไหมคะ** 有今年的新款嗎？

10. ช่วงนี้มีโปรโมชั่นอะไรไหม [chûuang née mee bproh-moh-chân à-rai mǎi]
最近有什麼優惠活動嗎？

㊂ **ช่วงนี้ซื้อ ๑ แถม ๑** 最近買一贈一。
มีลด ๒๐ เปอร์เซ็นต์ 打八折。

11. แพงเกินไป ลดหน่อยได้ไหมครับ [paeng gern bpai · lót nòi dâai mǎi kráp]
太貴了，可以便宜一點嗎？

㊂ **ในห้างสรรพสินค้าต่อราคาไม่ได้ค่ะ** 在百貨公司裡不能討價還價。

泰語的發音與筆順
泰語簡介
語音知識
子音
母音
聲調與拼讀規則
前引字
特殊發音與符號
最常用的文法和句型
最常用的分類單字
最口語的日常短句會話

Step 2 最常用的場景對話

▶ บทสนทนา 1 ซื้อของในห้างสรรพสินค้า

คนขายของ : คุณต้องการซื้ออะไรครับ
เฉินลี่ฉิน : ขอดูเสื้อไหมพรมหน่อยค่ะ
คนขายของ : คุณชอบสีอะไรครับ
เฉินลี่ฉิน : ขอดูตัวสีแดงหน่อยค่ะ
คนขายของ : สีนี้สวย ขายดีครับ
เฉินลี่ฉิน : ดิฉันขอลองหน่อยได้ไหมคะ
คนขายของ : ได้ครับ
เฉินลี่ฉิน : ราคาเท่าไหร่คะ
คนขายของ : 600 บาทครับ

▶ 對話 1　在商店購物

店員：妳好，有什麼需要嗎？
陳麗芹：我可以看一下毛衣嗎？
店員：妳喜歡什麼顏色的呢？
陳麗芹：請給我看看那件紅色的。
店員：這件的顏色很不錯，而且賣得很好。
陳麗芹：我可以試穿一下嗎？
店員：可以。
陳麗芹：請問多少錢？
店員：600 泰銖。

文法點播

❶ สัก 大約、大概。後接一個數量詞組，表示是一個概數或是一個較小的約數。如果後面的數是「一」，那麼這個「一」往往是可以省略的。

❷ ลด 減少、降低。為動詞。

❸ ไปหน่อย ……了一點。置於形容詞之後，表示超過了或尚未達到適當的程度。

泰語的發音與筆順

簡介 泰語

知識 語音

子音

母音

規則 聲調與拼讀

前引字

與符號 特殊發音

文法和句型 最常用的

分類單字 最常用的

短句會話 最口語的日常

▶ **บทสนทนา 2 ซื้อของในตลาด**

สมชัย : มีรองเท้ากีฬาไหมครับ

คนขายของ : มีค่ะ มีหลายแบบและหลายยี่ห้อค่ะ คุณสวมเบอร์อะไรคะ

สมชัย : เบอร์ 26 เซนติเมตร ครับ

คนขายของ : ดูคู่นี้สิคะ มีเบอร์ 26 เซนติเมตร ค่ะ

สมชัย : เอาล่ะ ผมเอาคู่นี้ครับ ราคาเท่าไหร่

คนขายของ : 450 หยวน

สมชัย : แพงไป ลดหน่อยได้ไหม

คนขายของ : ได้ค่ะ 400 หยวนเต็มที่แล้ว

สมชัย : ตกลงเอาคู่นี้ ช่วยห่อด้วยนะ ขอบคุณมากครับ

▶ **對話 2　在市場上買東西**

頌猜：請問有運動鞋嗎？

店員：有，有很多款式和品牌。請問你穿多大的？

頌猜：26 公分。

店員：請看看這雙，是 26 公分的。

頌猜：好了，我就要這雙，請問要多少錢？

店員：450 元。

頌猜：太貴了，算便宜一點可以嗎？

店員：可以，最多要 400 元。

頌猜：好吧，那就要這一雙，麻煩幫我包一下，謝謝。

文化連結

泰國的購物環境非常好，除了廣泛分佈的大型百貨商場，還有大型的免稅店和
眾多富有特色的水上集市、夜市和週末集市等。在一般情況下，商場購物不講
價，但是可以問「最近有什麼優惠活動嗎？」（ช่วงนี้มีโปรโมชั่นอะไรไหม），
如果是在一般的集市上，那就可以和商販們討價還價啦！

Unit
07 道路交通

TA04_07.MP3

Step 1 最常用的場景句子

1. ขอถามหน่อย สถานีรถไฟอยู่ที่ไหนคะ

[kŏr tăam nòi · sà-tăa-nee rót fai yòo têe năi ká] 請問，火車站在哪裡？

(同) ขอถามหน่อย สถานีรถไฟไปอย่างไรคะ 請問，火車站怎麼走？
ขอถามหน่อย สถานีรถไฟไปทางไหนครับ 請問，火車站往哪兒走？

2. คุณจะไปยังไงคะ นั่งรถหรือเดินไปคะ

[kun jà bpai yang ngai ká · nâng rót rĕu dern bpai ká] 你要怎麼去，坐車還是走路？

(答) ผมจะเดินไปครับ 我走路去。
ฉันจะนั่งรถไปค่ะ 我坐車去。

3. แถวนี้มีร้านกาแฟไหมครับ [tăew née mee ráan gaa-fae măi kráp] 附近有咖啡店嗎？

(關) โรงหนังอยู่ตรงไหนครับ 電影院在哪裡？
(答) มีค่ะ อยู่ข้างหน้าค่ะ 有，就在前面。

4. จุฬาลงกรณ์มหาวิทยาลัยอยู่ใกล้ที่นี่ไหมครับ

[jù-laa-long-gon má-hăa wít-tá-yaa-lai yòo glâi têe nêe măi kráp]
朱拉隆功大學離這裡近嗎？

(答) ไม่ใกล้ค่ะ เดินไปประมาณ ๒๐ นาทีค่ะ 不近，走路大約20分鐘。

泰語的發音與筆順

泰語 簡介

語音 知識

子音

母音

聲調與拼讀 規則

前引字

特殊發音 與符號

最常用的 文法和句型

最常用的 分類單字

最口語的日常 短句會話

5. เดินตรงไปทางนี้ เจอสี่แยกแล้วเลี้ยวซ้าย ถึงไฟแดงแล้วข้ามถนนไป เดิน จนสุดทางก็เห็นแล้วครับ [dern dtrong bpai taang née · jer sèe yâek láew líieow sáai · tĕung fai daeng láew kâam tà-nŏn bpai · dern jon sùt taang gôr hĕn láew kráp] 這 條路一直走，看到十字路口後左轉，到紅綠燈後過馬路，走到盡頭就到了。

6. ขอโทษค่ะ ฉันไม่ทราบ ฉันไม่ใช่คนแถวนี้ค่ะ
[kŏr tôht kâ · chăn mâi-sâap · chăn mâi châi kon tăew née kâ]
對不起，我不知道。我不是這裡的人。

（關）ทางนี้เป็นนถนนที่ไปตลาดวันเสาร์ ใช่ไหมครับ 這是去星期六夜市的路嗎？

7. ที่นี่ที่ไหนครับ ผมหลงทางแล้วครับ
[têe nêe têe năi kráp · pŏm lŏng taang láew kráp] 這是哪裡？我迷路了！

8. มีรถเมล์ผ่านโรงแรมของพวกเราไหมคะ
[mee rót may pàan rohng raem kŏng pûuak rao măi ká] 有公車經過我們飯店嗎？

9. ผมจะลงที่สวนสัตว์ ถึงแล้วบอกผมด้วยนะครับ
[pŏm jà long têe sŭuan sàt · tĕung láew bòk pŏm dûuay ná kráp]
我要在動物園（站）下車，到了請告訴我。

10. คุณทราบไหมว่าป้ายรถเมล์สาย ๑๕ อยู่ที่ไหนคะ
[kun sâap măi wâa bpâai rót may săai · sìp-hâa · yòo têe năi ká]
你知道15路的公車站牌在哪裡嗎？

11. จากที่นี่ไปโรงพยาบาลต้องนั่งกี่ป้ายครับ [jàak têe nêe bpai rohng pá-yaa-baan dtông nâng gèe bpâai kráp] 從這裡到醫院要坐幾站？

（關）ทางนี้เป็นทางที่ใกล้ที่สุดแล้ว ใช่ไหมคะ 這是最近的一條路了，是嗎？

Step 2 最常用的場景對話

▶ บทสนทนา 1 ถามทาง

สมคิด : สวัสดีครับ ขอถามหน่อย แถวนี้มีร้านกาแฟไหมครับ

จางจื่อเจวียน : มีค่ะ แถวนี้มีร้านกาแฟเยอะมากค่ะ

สมคิด : ร้านที่สวยๆ กาแฟอร่อยๆ มีไหมครับ

จางจื่อเจวียน : งั้น คุณควรไปร้านกาแฟที่ใกล้ๆตลาดนัดค่ะ

สมคิด : ร้านอยู่ใกล้ที่นี่ไหมครับ

จางจื่อเจวียน : คุณจะไปยังไงคะ

สมคิด : ผมเดินไปครับ

จางจื่อเจวียน : เดินไปประมาณ ๒๐ นาทีค่ะ

สมคิด : ไม่เป็นไรครับ ผมไม่รีบครับ

จางจื่อเจวียน : ค่ะ เดินตรงไป เจอสี่แยกแล้วเลี้ยวซ้ายถึงไฟแดงแล้วข้ามถนน เดินจนสุดทางก็เห็นแล้วค่ะ

▶ 對話 1 問路

頌遜：妳好，請問一下，附近有咖啡店嗎？

張子娟：有，附近有很多咖啡店。

頌遜：有環境好、味道好的咖啡店嗎？

張子娟：你應該去市場旁邊的咖啡店。

頌遜：那邊的咖啡店離這兒近嗎？

張子娟：你會怎麼去呢？

頌遜：我會走路去。

張子娟：走路的話，大約要 20 分鐘喲。

頌遜：沒關係，我不趕時間。

張子娟：順著這條路一直走，到十字路口後左轉，到紅綠燈後再過馬路，走到路的盡頭就看到了。

文法點播

หน่อย 表示「有一點、一些、一會兒、一下、一下子」的意思，在本文中 ขอถามหน่อย 是「請問一下」的意思。

泰語的發音與筆順

簡介 泰語

知識 語音

子音

母音

規則 聲調與拼讀

前引字

與符號 特殊發音

文法和句型 最常用的

分類單字 最常用的

短句會話 最口語的日常

► **บทสนทนา 2 นั่งรถเมล์**

จางจื่อเจวียน : ขอถามหน่อยค่ะ ที่นี่ที่ไหนคะ ฉันหลงทางแล้วค่ะ

สมคิด : ที่นี้เป็นถนนพระรามที่ 1 คุณจะไปไหนหรือครับ

จางจื่อเจวียน : ฉันจะไปโรงแรมแชงกรีล่าค่ะ

สมคิด : โรงแรมแชงกรีล่าอยู่ไกลนะ คุณควรนั่งรถไปครับ

จางจื่อเจวียน : ฉันควรนั่งรถสายไหนคะ

สมคิด : นั่งรถเมล์สาย15AC หรือ สายสายสีลม ได้หมดครับ

จางจื่อเจวียน : คุณทราบไหมว่าป้ายรถเมล์ อยู่ที่ไหนคะ

สมคิด : อยู่ข้างหน้าร้านขายของชำครับ

จางจื่อเจวียน : ขอบคุณมากๆค่ะ

สมคิด : ไม่เป็นไรครับ โชคดีครับ

► **對話 2　坐公車**

張子娟：請問一下，這裡是哪裡？我迷路了。

頌逖：這裡是拉瑪一世路，你要去哪裡？

張子娟：我要去香格里拉酒店。

頌逖：香格里拉酒店離這兒有點遠，你需要搭車去。

張子娟：我要搭哪一路公車才會到呢？

頌逖：坐 15AC 或者席隆線（BTS）都可以。

張子娟：那你知道公車站在哪裡嗎？

頌逖：在雜貨店前面。

張子娟：非常感謝！

頌逖：不客氣，祝妳好運！

文化連結

曼谷作為泰國的首都，比較堵車，但是曼谷的地鐵和輕軌相對可以減輕交通壓力。在其他府交通工具以公交車、汽車、雙條車和摩托車為主。

Unit 08 泰國旅行

TA04_08.MP3

Step 1 最常用的場景句子

1. ...ไปอย่างไร [bpai yàang rai] …怎麼走？

(關) วัดพระแก้วไปอย่างไรคะ 玉佛寺怎麼走？

* อย่างไร（疑問詞）可以解釋為：「如何，怎樣」，用於詢問路線，通常置於句尾使用。

2. ...อยู่ที่ไหน [yòo têe năi] …在哪裡？

(關) พระบรมมหาราชวังอยู่ที่ไหน 大皇宮在哪裡？

* 用於詢問某地或者某人的具體位置，通常置於句尾使用。

3. กรุณาแนะนำสถานที่ท่องเที่ยวให้ผมหน่อยได้ไหมครับ

[gà-rú-naa náe nam sà-tăan têe tông tîieow hâi pŏm nòi dâai măi kráp]
您能給我介紹一些旅遊景點嗎？

(關) กรุณาแนะนำอาหารอร่อยให้ดิฉันหน่อยได้ไหมคะ 您能給我介紹一些美食嗎？

* กรุณา 表示請求或者想求別人做或者不做某事時，含有打擾或者是麻煩他人的意思，通常置於句首使用。

4. สถานที่น่าเที่ยวมีวัดพระแก้ว พระบรมมหาราชวังและแม่น้ำเจ้าพระยา

[sà-tăan têe nâa tîieow mee wát prá gâew · prá róp rom má-hăa râat wang láe mâe náam jâo prá yaa] 值得旅遊的景點有玉佛寺、大皇宮、昭披耶河。

(關) อาหารน่ากินมีข้าวเหนียวมะม่วง กล้วยบวชชีและฝอยทอง

值得品嚐的食物有芒果糯米飯、香蕉椰奶、甜蛋絲。

* น่า 在單獨使用的時候也可以翻譯為「值得」。

泰語的發音與筆順

簡介 泰語

知識 語音

子音

母音

規則 聲調與拼讀

前引字

與符號 特殊發音

文法和句型 最常用的

分類單字 最常用的

短句會話 最口語的日常

5. ที่นี่มีของที่ระลึกอะไรบ้างคะ [têe nêe mee kŏng têe rá-léuk à-rai bâang ká]
這裡有什麼東西值得買？

(答) สมุนไพรไทย ยาดม 泰國草本鼻通藥。

* อะไร 是「什麼」的意思。屬於疑問詞，通常置於句尾。

6. ราคาเท่าไร [raa-kaa tâo rai] 多少錢？

(答) สิบบาท 10泰銖。

* 通常用於詢問物品或者商品的價格。

7. ทิวทัศน์ที่นี่สวยมาก [tiw tát têe nêe sŭuay mâak] 這裡的景色很漂亮！

(關) แม่น้ำเจ้าพระยาสวยมาก 昭披耶河很漂亮！

* มาก 置於句尾使用，有「很、非常、十分」的意思。

8. จะไปเที่ยวกี่วัน [jà bpai tîieow gèe wan] 要去旅遊幾天？

(答) เจ็ดวัน 7天。

* 通常用於詢問旅遊行程的天數。

9. ต้องเตรียมอะไรบ้าง [dtông dtriiam à-rai bâang] 需要準備什麼？

(答) ต้องเตรียมเงิน หนังสือเดินทางและวีซ่า 需要準備錢、護照、簽證。

* 通常用於詢問旅遊前的所需。

10. วันนี้เที่ยวสนุกจริงๆ [wan née tîieow sà-nùk jing jing] 今天玩得很愉快。

(關) ช่วงนี้เที่ยวสนุกจริง ๆ 這段時間玩得很愉快。

* 通常用於表示自己遊玩過後的心情。

Step 2 最常用的場景對話

▶ บทสนทนา 1 แผนการท่องเที่ยว

หลี่เซียงหลิง : ปิดเทอมแล้ว ดิฉันจะไปเที่ยวค่ะ

โบว์ : คุณจะไปเที่ยวที่ไหนครับ

หลี่เซียงหลิง : ดิฉันจะไปประเทศไทยค่ะ กรุณาแนะนำสถานที่ท่องเที่ยวให้ดิฉันหน่อยได้ไหมคะ

โบว์ : ได้ครับ สถานที่น่าเที่ยวมีวัดพระแก้ว พระบรมมหาราชวังและแม่น้ำเจ้าพระยาครับ

หลี่เซียงหลิง : ก่อนการเดินทางท่องเที่ยว ต้องเตรียมอะไรบ้างคะ

โบว์ : ต้องเตรียมเงิน หนังสือเดินทางและวีซ่าครับ

หลี่เซียงหลิง : ขอบคุณค่ะ

โบว์ : ขอให้เที่ยวอย่างมีความสุขครับ

▶ 對話 1　旅遊計劃（一）

李香伶：放假了，我打算去旅遊。

波波：你要去哪裡？

李香伶：我要去泰國。您能介紹一些旅遊的景點給我嗎？

波波：可以，值得旅遊的景點有玉佛寺、大皇宮、昭披耶河。

李香伶：旅遊前需要準備什麼？

波波：需要準備錢、護照、簽證。

李香伶：謝謝。

波波：祝妳玩得開心。

文法點播

泰語中，อยู่ 和 ที่ 都可以解釋為「在」，這兩個單字有時會單獨在句子中出現，有時也會一起出現。主要有以下兩種句型：

❶ 動詞＋ที่＋地點，表示在某地做某事。

❷ กำลัง＋動詞＋อยู่ที่＋地點，表示正在某處做某事。

▶ **บทสนทนา 2 แผนการท่องเที่ยว**

หลี่เซียงหลิง : ขอถามหน่อยค่ะ วัดพระแก้วอยู่ ที่ไหนคะ

โบว์ : อยู่ในพระบรมมหาราชวังครับ

หลี่เซียงหลิง : พระบรมมหาราชวังไปอย่างไรคะ

โบว์ : ตรงไปถึงสี่แยกแล้วก็เลี้ยวซ้ายครับ

หลี่เซียงหลิง : ทิวทัศน์ที่นี่สวยมากค่ะ

โบว์ : ใช่ครับ คุณยังสามารถซื้อของที่ระลึกที่นี่ได้

หลี่เซียงหลิง : ที่นี่มีของที่ระลึกอะไรบ้างคะ

โบว์ : งานฝีมือ และผ้าไหมไทย

▶ **對話 2　旅遊計劃（二）**

李香伶：請問玉佛寺在哪裡？

波波：在大皇宮裡面。

李香伶：那大皇宮怎麼走？

波波：直走到十字路口，然後向左轉。

李香伶：這裡的風景真漂亮！

波波：是的，你還可以在這裡買到紀念品。

李香伶：這裡有什麼紀念品？

波波：泰國手工藝品以及泰國絲綢。

文化連結

曼谷大皇宮從18世紀到20世紀，曾是暹羅王朝的皇宮，也是泰國王室的居住地點。在1946年泰國國王拉瑪八世駕崩後，拉瑪九世將王室搬離了大皇宮。現在的王室並不在大皇宮居住，但是大皇宮依舊象徵著王朝的宮殿存在。

Unit

09 飯店住宿

TA04_09.MP3

Step 1 最常用的場景句子

1. …มีห้องว่างหรือเปล่า [mee hông wâang rĕu bplào] 還有房間嗎？

(關) **คุณจองห้องล่วงหน้าไว้หรือเปล่า** 你預訂房間了嗎？

＊ **หรือเปล่า** 用於要求被問者對所提之事做出肯定或者否定的回答。即「…了嗎？」的意思

2. คุณต้องการห้องแบบไหน [kun dtông gaan hông bàep năi] 你需要什麼樣的房間？

(答) **ดิฉันขอห้องเตียงคู่** 我需要一個雙人間。

＊ 通常用於詢問所需要的房型，因此答句中的「**เตียงคู่** 雙床房」可以替換為「**ห้องเตียงเดี่ยว** 雙人房」、「**ห้องธรรมดา** 標準房」、「**ห้องสูท** 豪華套房」。

3. ค่าห้องคืนละเท่าไหร่คะ [kâa hông keun lá tâo rài ká] 房費一晚多少錢？

(關) **ค่าอาหารเท่าไรต่อมื้อ** 餐費一頓多少錢？

＊ **เท่าไร** 翻譯為「多少」，一般用於疑問句中，對價格進行提問。

4. คุณจะจองกี่วัน [kun jà jong gèe wan] 你打算預訂幾天？

(關) **คุณจะจองกี่ชั่วโมง** 你打算訂幾個小時？

＊ 通常用於對預訂的相關事宜進行詢問。

5. ค่าห้องรวมอาหารเช้าหรือยัง [kâa hông ruuam aa-hăan cháo rĕu yang] 房價包含早餐嗎？

泰語的發音與筆順

泰語 簡介

語音 知識

子音

母音

聲調與拼讀 規則

前引字

特殊發音 與符號

文法和句型 最常用的

分類單字 最常用的

最口語的日常 短句會話

（關）ค่าห้องรวมเครื่องดื่มหรือยัง 房價包含飲料嗎？

* **ค่า** 為名詞，可以解釋為「費用、價值」，通常置於名詞或者動詞的前面，翻譯為「…費」。

6. ห้องอาหารเปิดเมื่อไร [hông aa-hăan bpèrt mêuua rai] 餐廳什麼時候開放？

（關）สระว่ายน้ำเปิดเมื่อไร 游泳池什麼時候開放？

* 對某事或者是某物開始營業的時間做出的常用表達。

7. ห้องอาหารเปิดหกโมงเช้าถึงสิบโมงเช้า
[hông aa-hăan bpèrt hòk mohng cháo tĕung sìp mohng cháo]
餐廳的營業時間是早上6：00到早上10：00。

（關）สระว่ายน้ำเปิด9โมงถึง3ทุ่ม 泳池的營業時間是9：00到21：00。

* **โมง** 翻譯為「點、點鐘、時」，主要用來計算白天的時間。

8. ดิฉันอยากได้ห้องที่มีสระว่ายน้ำ
[dì-chăn yàak dâai hông têe mee sà wâai náam] 我想要一間含游泳池的房間。

（關）ดิฉันอยากได้ห้องที่มีหน้าต่าง 我想要一間有窗戶的房間。

* **อยาก** 為動詞，是「想、想要」的意思。通常後接人欲求的事物。

9. ผมใช้อินเตอร์เน็ตที่นี่ได้ไหม [pŏm chái in-dtêr-nét têe nêe dâai măi]
我可以使用這裡的網路嗎？

（關）ผมใช้ผ้าขนหนูที่นี่ได้ไหม 我可以使用這裡的毛巾嗎？

* 通常用於對某物是否可以使用而提出的疑問。

10. ผมต้องการเช็คเอ้าท์ [pŏm dtông gaan chék âo] 我要退房。

（關）ผมต้องการเปลี่ยนห้องอื่น 我要換間房。

* 通常用於表示自己的需求的句子。

351

Step 2 最常用的場景對話

▶ บทสนทนา 1 จองโรงแรม

พนักงานโรงแรม : สวัสดีค่ะ โรงแรมกรุงเทพฯ ค่ะ มีอะไรให้ช่วยได้ไหมคะ
จางจื้อเหว่ย : ผมอยากพักที่โรงแรมกรุงเทพฯ ในพรุ่งนี้ครับ
พนักงานโรงแรม : คุณจองห้องล่วงหน้าไว้หรือเปล่าคะ
จางจื้อเหว่ย : ไม่เคยจองครับ พรุ่งนี้ยังมีห้องว่างหรือเปล่าครับ
พนักงานโรงแรม : มีค่ะ คุณต้องการห้องแบบไหนคะ
จางจื้อเหว่ย : ผมขอห้องเตียงคู่ครับ
พนักงานโรงแรม : คุณยังมีความต้องการอื่นไหมคะ
จางจื้อเหว่ย : ผมอยากได้ห้องที่มีหน้าต่างครับ
พนักงานโรงแรม : ค่ะ คุณจะจองกี่วันคะ
จางจื้อเหว่ย : จองสองวันครับ

▶ 對話 1　入住飯店（一）

飯店人員：您好，這裡是曼谷酒店，有什麼可以幫您的嗎？
張志偉：明天我想要入住曼谷酒店。
飯店人員：您有訂房了嗎？
張志偉：沒有。明天還有房間嗎？
飯店人員：有。您需要什麼樣的房間呢？
張志偉：我需要一個雙床房。
飯店人員：您還有其他需要嗎？
張志偉：我想要一間有窗戶的房間。
飯店人員：您打算入住幾天？
張志偉：預計是 2 天。

文法點播

泰語中 ต่อ 的用法，主要分為三種：

❶ ต่อ：次、倍。例如：ต่อครั้ง 每次。

❷ ต่อ：製造、建造（房子）。例如：ต่อบ้าน 建造房子。

❸ ต่อ：討價還價、議價。例如：ต่อราคา 討價還價。

泰語的發音與筆順

簡介 泰語

知識 語音

子音

母音

規則 聲調與拼讀

前引字

特殊發音 與符號

文法和句型 最常用的

分類單字 最常用的

短句會話 最口語的日常

▶ **บทสนทนา 2 จองโรงแรม**

    จางจื้อเหว่ย : ค่าห้องเท่าไรต่อคืนครับ

พนักงานโรงแรม : หกพันบาทค่ะ

    จางจื้อเหว่ย : ห้องอาหารเปิดเมื่อไรครับ

พนักงานโรงแรม : ห้องอาหารเปิดหกโมงเช้าถึงสิบโมงเช้าค่ะ

    จางจื้อเหว่ย : ผมใช้สระว่ายน้ำที่นี่ได้ไหมครับ

พนักงานโรงแรม : ได้ค่ะ สระว่ายน้ำเปิดเก้าโมงถึง3ทุ่ม

(สองวันที่ผ่านไป)

    จางจื้อเหว่ย : ผมต้องการเช็คเอ้าท์ ขอบคุณครับ

พนักงานโรงแรม : ยินดีต้อนรับอีกครั้งค่ะ

▶ **對話 2　入住飯店（二）**

  張志偉：房價一晚多少錢？

飯店人員：6000 泰銖。

  張志偉：請問餐廳什麼時候開放？

飯店人員：餐廳的營業時間是早上 6 點到早上 10 點。

  張志偉：我可以使用這裡的游泳池嗎？

飯店人員：可以的。游泳池的營業時間是 9 點到 21 點。

  （兩天後）

  張志偉：我要退房，謝謝。

飯店人員：歡迎下次再度光臨！

文化連結

泰國是一個小費國家，因此在入住酒店的時候，可以適當給服務員、行李員等 20泰銖左右的小費。但要注意，小費不要給硬幣（硬幣通常被認為是給乞丐的）。另外，榴槤因為其味道較重，因此也被很多飯店列入禁止攜帶入內的清單裡。

10 就醫問診

TA04_10.MP3

最常用的場景句子

---

1. ผมรู้สึกไม่สบายครับ [pŏm róo sèuk mâi sà-baai kráp] 我感覺很不舒服。

(關) ผมรู้สึกสบายมากครับ 我感覺很舒服。

* **รู้สึก** 動詞，是「感覺、覺得」的意思。通常用來表述自己的情感或感受，後面可以接單字，也可以接句子。

---

2. รู้สึกไม่สบายตรงไหน [róo sèuk mâi sà-baai dtrong năi] 覺得什麼地方不舒服？

(關) รู้สึกไม่พึงพอใจตรงไหน 覺得不滿意的地方在哪裡？

* **สบาย** 作為副詞使用，「舒服、舒適；安逸；健康；容易」的意思。

---

3. ผมปวดหัวสองวันแล้ว นอนไม่หลับสองวันแล้ว

[pŏm bpùuat hŭua sŏng wan láew・non mâi làp sŏng wan láew]
我頭疼了兩天了，最近兩天也睡不好。

(關) ผมปวดท้องทั้งวันแล้ว ทั้งวันไม่ได้กินอะไรเลย

我肚子痛了一整天了，整天都沒有吃東西。

* **แล้ว** 是「了；已經」的意思，通常表示已經過去了的時間；作為連接詞使用時，是「然後」的意思。

---

4. คุณกินยาหรือยัง [kun gin yaa rĕu yang] 你吃藥了嗎？

(答) กินแล้ว แต่อาการยังไม่หาย 吃了，但是情況還沒有好轉。

* **หรือยัง** 有「…了嗎？」的意思，通常用於針對某樣要做的事情，「目前是否已經做了？」進行詢問。

泰語的發音與筆順

簡介 泰語

知識 語音

子音

母音

規則 聲調與拼讀

前引字

與符號 特殊發音

文法和句型 最常用的

分類單字 最常用的

最口語的日常 短句會話

5. คุณต้องไปที่โรงพยาบาล [kun dtông bpai têe rohng pá-yaa-baan] 你需要去醫院。

(關) **คุณต้องไปหาหมอ** 你需要去找醫生。

* 通常用於表達敘述者強烈的建議。

6. อาการของคุณแย่ลงไป [aa-gaan kǒng kun yâe long bpai] 你的情況變得很糟糕。

(關) **อาการของคุณดีขึ้น** 你的情況變得更好了。

* 通常用於描述病情的整體情況。

7. คุณแพ้ยาอะไรไหม [kun páe yaa à-rai mǎi] 你對什麼藥物過敏？

(答) **ผมแพ้เพนิซิลิน** 我對盤尼西林過敏。

* 用於對患者的過敏原提出詢問。回覆句通常用於回答或陳述患者自身的過敏情況。

8. ผมต้องการใบรับรองแพทย์ [pǒm dtông gaan bai ráp rong pâet]
我需要一張病假單。

(關) **ผมต้องการกินยาลดไข้** 我需要先吃藥降低（發燒）溫度。

* **ต้องการ** 是動詞。是「需要」的意思。

9. อาการรุนแรงหรือปล่า [aa-gaan run raeng rěu bplàa] 很嚴重嗎？

(關) **อาการของผมมันรุนแรงหรือปล่า** 我的情況很嚴重嗎？

* 通常用於詢問病情的大概狀況。

10. ผมต้องกินยาวันละกี่ครั้ง [pǒm dtông gin yaa wan lá gèe kráng]
我一天需要吃幾次藥？

(關) **ผมต้องกินยาครั้งละกี่เม็ด** 我一次需要吃幾片藥？

* 通常用於對藥劑服用量的詢問。

Step 2 最常用的場景對話

▶ บทสนทนา 1 การกล่าวอาการ

จางจื้อเหว่ย : ผมรู้สึกไม่สบายครับ

น้ำ : รู้สึกไม่สบายตรงไหนคะ

จางจื้อเหว่ย : ผมท้องเสียสองวันแล้ว วันนี้ทั้งวันไม่ได้กินอะไรเลยครับ

น้ำ : คุณกินยาหรือยังคะ

จางจื้อเหว่ย : กินแล้ว แต่อาการยังไม่หายครับ

น้ำ : คุณต้องไปที่โรงพยาบาลค่ะ

จางจื้อเหว่ย : ครับ ผมก็คิดเหมือนกันครับ

▶ 對話 1　病情描述（一）

張志偉：我感覺很不舒服。

小水：覺得什麼地方不舒服呢？

張志偉：我拉肚子兩天了，今天一整天都沒有吃東西。

小水：你吃藥了嗎？

張志偉：吃了，但是情況還沒有好轉。

小水：那你該去醫院。

張志偉：是呀，我也這麼認為。

文法點播

泰語中的 ตรง 是多義詞，可以有以下幾種翻譯：

❶ 坦率、直白。例如：พูดตรง ๆ 直白地說。

❷ 相同。例如：ตรงกัน 相同、一樣。

❸ 在…地方。例如：อยู่ตรงไหน 在什麼地方。

❹ 直走、直行。例如：ตรงไป 直行。

❺ 準時、準點。例如：ตรงเวลา 守時、準點。

泰語的發音與筆順

簡介 泰語

知識 語音

子音

母音

規則 聲調與拼讀

前引字

與符號 特殊發音

文法和句型 最常用的

分類單字 最常用的

短句會話 最口語的日常

▶ **บทสนทนา 2 การกล่าวอาการ**

จางจื้อเหว่ย : คุณหมอครับ อาการของผมแย่ลงครับ

หมอ : รู้สึกไม่สบายตรงไหนคะ

จางจื้อเหว่ย : ผมท้องเสียสองวันแล้ว วันนี้ไม่ได้กินอะไรเลย ตอนนี้
ปวดท้องมาก อาการของผมรุนแรงหรือปล่าครับ

หมอ : ไม่หรอก กินยาก่อนค่ะ คุณแพ้ยาอะไรไหมคะ

จางจื้อเหว่ย : ผมแพ้เพนิซิลินครับ

หมอ : คุณไปรับยาก่อนค่ะ

จางจื้อเหว่ย : ขอบคุณครับ

▶ **對話 2　病情描述（二）**

張志偉：醫生，我的情況變得很糟糕。

醫生：你覺得什麼地方不舒服？

張志偉：我拉肚子兩天了，今天都沒有吃東西。現在肚子很疼。我的情況很
嚴重嗎？

醫生：不嚴重，先吃點藥。你有對什麼藥物過敏嗎？

張志偉：我對盤尼西林過敏。

醫生：好，你先去拿藥吧。

張志偉：謝謝！

文化連結

泰國注重發展醫療旅遊，因為其醫療費用的低廉、醫療服務的配套設施齊全，以及醫療水準的相對發達，成為全球最大的醫療旅遊目的地之一。但是泰國全國的醫療水準差距較大，公立醫院的醫療設備、服務水準遠低於私立醫院。因此，泰國於2002年提出30泰銖醫療保障計劃，即患者每次就診僅需繳納30泰銖就可以獲得醫療服務，包括藥品、醫療救護及重大疾病治療等。

Unit
11 銀行業務

TA04_11.MP3

最常用的場景句子

1. คุณจะถอนเงินหรือฝากเงินคะ [kun jà tŏn ngern rěu fàak ngern ká]
你想要提款還是存款呢?

(關) ที่นี่รับฝากรถจักรยาน 這裡寄放自行車。
ถอน 常見含義有:①拔除。例如:**ถอนหญ้า** 拔草
②提取。例如:**ถอนเงิน** 提款

2. ผมต้องการเปิดบัญชีใหม่ครับ [pŏm dtông gaan bpèrt ban-chee mài kráp]
我想要開戶。

(關) อยากจะไปต่างประเทศเพื่อเปิดหูเปิดตา 想要去國外開開眼界。
เปิด 常見含義有:①打開、張開、展開。例如:**เปิดไฟ** 開燈。
②公開、暴露、揭開。例如:**เปิดความลับ** 暴露祕密。

3. คุณต้องการเปิดบัญชีประเภทไหนคะ
[kun dtông gaan bpèrt ban-chee bprà-pêt năi ká] 你想要開哪種帳戶?

(關) ประกันชีวิตมีกี่ประเภทคะ 人壽保險有幾類?
ประเภท 常見的含義有:①類型、種類 ②部門

4. ดิฉันต้องการเปิดบัญชีออมทรัพย์ค่ะ
[dì-chăn dtông gaan bpèrt ban-chee om sáp kâ] 我想要開儲蓄帳戶。

(關) รัฐบาลส่งเสริมให้ราษฎรฝากเงินธนาคาร 政府鼓勵人民存錢。
ออมทรัพย์ 意為「儲蓄、積蓄」。

5. ดิฉันต้องการเปิดบัญชีฝากประจำค่ะ

[dì-chǎn dtông gaan bpèrt ban-chee fàak bprà-jam kâ] 我想要開個定期存款帳戶。

(關) อาจารย์ประจำ ชั้นใจดี 善良的班導師

ประจำ 常見的含義有：①固定、常駐 ②專門、特定

6. ฉันได้รับเงินโอนจากพ่อแล้ว [chǎn dâai ráp ngern ohn jàak pôr láew]
我收到爸爸的匯款了。

(關) จากกันตั้ง๓ปีแล้ว 分別3年了。

จาก 常見的含義有：①分別、分離、離別 ②從、自、由

7. คุณสามารถเปลี่ยนรหัสผ่านได้ที่ตู้เอทีเอ็ม

[kun sǎa-mâat bplìian rá-hàt pàan dâai têe dtôo ay tee em] 你可以在自動提款機更改密碼。

(關) เขาเปลี่ยนงานบ่อยๆ 他經常換工作。

ต้องเปลี่ยนท่าทีเสียใหม่ 必須改變態度。

เปลี่ยน 常見的含義有：①變、改變、更改 ②換、變化、轉換

8. คุณช่วยสมัครบริการธนาคารออนไลน์ให้ผมได้ไหม

[kun chûuay sà-màk bor-rí-gaan tá-naa-kaan on-lai hâi pǒm dâai mǎi]
你可以幫我申請網路銀行服務嗎？

(關) เนื่องจากโควิด -19 เราจึงจำเป็นต้องเรียนออนไลน์

因為新冠疫情的緣故，我們只能線上學習。

ออนไลน์ 源自英語「on line」，是「在線、線上」的意思。

9. สมัครบัตรเงินสดต้องเตรียมอะไรบ้าง

[sà-màk bàt ngern sòt dtông dtriiam à-rai bâang] 申辦現金卡需要準備些什麼？

(關) ต้องการอาสาสมัครจำนวน 10 คน 需要10名志工。

สมัคร 常見的含義有：①報名、加入 ②自願、志願

10. หลังจากแจ้งว่าบัตรเครดิตหาย ธนาคารก็อายัดบัญชีบัตรเครดิต

[lǎng jàak jâeng wâa bàt kray-dìt hǎai · tá-naa-kaan gôr aa-yát ban-chee bàt kray-dìt]
在掛失信用卡後，銀行凍結了信用卡帳戶。

(關) หนังสือของผมหายไปไหนไม่รู้ 我的書不知道丟到哪兒去了。

ค่อยๆหายป่วย 病漸漸痊癒了。

หาย 常見的含義有：①丟、遺失、消失、失蹤 ②痊癒

泰語的發音與筆順

簡介 泰語

知識 語音

子音

母音

規則 聲調與拼讀

前引字

與符號 特殊發音

文法和句型 最常用的

分類單字 最常用的

短句會話 最口語的日常

Step 2 最常用的場景對話

▶ บทสนทนา1 การเปิดบัญชีที่ธนาคาร

พนักงาน : สวัสดีค่ะ มีอะไรให้รับใช้ไหมคะ

วิชัย : สวัสดีครับ ผมต้องการเปิดบัญชีใหม่ครับ ต้องเตรียมอะไรบ้างครับ

พนักงาน : ต้องการบัตรประชาชนค่ะ

วิชัย : โอเค นี่ครับ

พนักงาน : กรุณากรอกใบขอเปิดบัญชีเงินฝากนะคะ

วิชัย : ครับ เรียบร้อยแล้วครับ ขอแบบฟอร์มฝากเงินด้วยครับ

พนักงาน : คุณจะฝากประจำหรือกระแสรายวันคะ

วิชัย : ผมจะฝากแบบกระแสรายวันครับ

พนักงาน : คุณจะฝากเท่าไรคะ

วิชัย : 5000 บาทครับ

พนักงาน : เรียบร้อยแล้วค่ะ นี่สมุดบัญชีของคุณค่ะ

วิชัย : ขอบคุณมากครับ

▶ 對話 1　去銀行開戶

行員：您好！您需要辦理什麼業務嗎？

維差：您好！我要開戶，需要準備些什麼呢？

行員：需要您的身分證。

維差：好的，身分證給你。

行員：請填一下開戶申請書。

維差：好的，填好了，請給我一張存款單。

行員：您要存定期還是活期呢？

維差：我要存活期。

行員：您要存多少錢呢？

維差：5000 泰銖。

行員：辦好了，您的存摺在這。

維差：謝謝！

泰語的發音與筆順

簡介 泰語

知識 語音

子音

母音

聲調與拼讀 規則

前引字

特殊發音 與符號

文法和句型 最常用的

分類單字 最常用的

最口語的日常 短句會話

▶ **บทสนทนา 2 การแลกเงินที่ธนาคาร**

พนักงาน : สวัสดีครับ คุณมีอะไรให้ช่วยไหมครับ

มานี : สวัสดีค่ะ ดิฉันจะแลกเงินค่ะ

พนักงาน : คุณจะแลกเงินอะไรครับ

มานี : ดิฉันต้องการแลกเงินไต้หวันเป็นเงินไทยค่ะ

พนักงาน : คุณจะแลกเท่าไรครับ

มานี : ดิฉันจะแลก 1000 หยวนค่ะ อัตราแลกเปลี่ยนวันนี้เท่าไรคะ

พนักงาน : 1 ต่อ 1 ครับ (1 หยวนแลกได้ 1 บาท)

มานี : ค่ะ ขอแบงค์ย่อยบ้างนะคะ

พนักงาน : โอเค กรุณานับให้ถูกต้องด้วยครับ

มานี : ถูกต้องค่ะ ขอบคุณค่ะ

พนักงาน : ยินดีครับ

▶ **對話 2　去銀行兌換外幣**

行員：您好，需要辦理什麼業務？

瑪妮：您好，我要兌換外幣（換錢）。

行員：換什麼換哪一種外幣呢？

瑪妮：我要把台幣換成泰銖。

行員：您要換多少？

瑪妮：我要換 1000 元，今天的匯率是多少？

行員：1 比 1。（台幣 1 元可以兌換 1 泰銖）

瑪妮：好的，請給我一些零錢。

行員：好的，請當面點清。

瑪妮：對（金額正確），謝謝！

行員：很高興為您服務。

Unit 12 學生生活

TA04_12.MP3

Step 1 最常用的場景句子

1. คุณเรียนอยู่ที่ไหนครับ [kun riian yòo têe năi kráp] 你在哪裡上學？

(關) **บ้านคุณอยู่ที่ไหนครับ** 你家住在哪裡？

* **ที่ไหน** 是「哪兒」的意思。用於詢問地點。

2. คุณเรียนมหาวิทยาลัยอะไรคะ [kun riian má-hăa wít-tá-yaa-lai à-rai ká]
你在哪所大學讀書？

(關) **คุณชอบกินอาหารไทยอะไรบ้างคะ** 你喜歡吃什麼泰國菜？

* **อะไร** 是「什麼」的意思。

3. ผมกำลังเรียนอยู่ที่มหาวิทยาลัยกรุงเทพฯ ครับ
[pŏm gam-lang riian yòo têe má-hăa wít-tá-yaa-lai grung têp · kráp]
我在曼谷大學讀書。

* **กรุงเทพฯ** 是「曼谷」的意思。是泰國的首都。

4. คุณอยู่คณะอะไรคะ [kun yòo ká-ná à-rai ká] 你就讀於哪個學院？

(答) **คณะภาษาต่างประเทศ** 外國語學院。

* **คณะ** 是「學院」的意思。即學校下設的二級學院。

5. วิชาเอกของคุณคืออะไรครับ [wí-chaa èk kŏng kun keu à-rai kráp]
你的專業是什麼？

(關) **ดิฉันเป็นคนไต้หวันคะ** 我是台灣人。

* **คือ** 為判斷動詞，是「是」的意思。

6. ฉันจบการศึกษาจากมหาวิทยาลัยเชียงใหม่ค่ะ

[chăn jòp gaan sèuk-săa jàak má-hăa wít-tá-yaa-lai chiiang-mài kâ] 我畢業於清邁大學。

(關) **หนังสือเล่มนี้ฉันอ่านจบแล้ว** 這本書我看完了。

* **จบ** 是「完成、結束」的意思。此處指完成學業，即「畢業」。

7. ผมเป็นนักศึกษาปีที่หนึ่งครับ [pŏm bpen nák sèuk-săa bpee têe nèung kráp]
我是大一的學生。

(關) **ผมอายุ๑๘ปีแล้ว** 我18歲了。

* **ปี** 意為「年、歲」，此處可作為「年級」的意思。

8. วิชาที่ฉันชอบที่สุดคือวิชาภาษาจีน

[wí-chaa têe chăn chôp têe sùt keu wí-chaa paa-săa jeen] 我最喜歡的課程是中文課。

(關) **ฉันชอบกินต้มยำกุ้งมากที่สุด** 我最喜歡吃泰式酸辣湯。

* **ที่สุด** 為副詞，是「最⋯」的意思。

9. บ่ายนี้คุณมีเรียนหรือเปล่า [bàai née kun mee riian rĕu bplào] 今天下午你有課嗎？

(關) **หนังเรื่องนี้ คุณเคยดูหรือเปล่า** 你看過這部電影嗎？

* **หรือเปล่า** 是「⋯嗎、⋯了嗎」的意思。

10. ฉันไปโรงเรียนโดยรถเมล์ค่ะ [chăn bpai rohng riian doi rót may kâ]
我搭乘公車去上學。

(關) **ฉันจะไปเรียนที่ไทยโดยเครื่องบิน** 我將搭乘飛機去泰國學習。

* **โดย** 在此處是「乘、坐、搭」的意思。後接交通工具名。

Step 2 最常用的場景對話

▶ บทสนทนา1 สภาพการเรียน

นานา : วิชาเอกของคุณคืออะไรคะ
จางจื้อเหว่ย : วิชาเอกของผมคือภาษาไทยครับ
นานา : ภาษาไทยเรียนยากนะ
จางจื้อเหว่ย : ใช่ครับ เรียนยาก แต่สนุกมากครับ
นานา : แล้วคุณชอบวิชาอะไรมากที่สุด
จางจื้อเหว่ย : วิชาที่ผมชอบที่สุดคือวิชาภาษาจีน ถึงแม้ว่ามันเป็นวิชาเลือก
นานา : เราก็สนใจภาษาจีนค่ะ มีโอกาสจะไปเรียนด้วย

▶ 對話 1 學習情況

娜娜：你主修什麼？
張志偉：我的主修是泰語。
娜娜：泰語很難學。
張志偉：對呀，很難學，但是很有趣。
娜娜：那你最喜歡的課程是什麼呢？
張志偉：我最喜歡的課程是中文課，雖然它只是選修課。
娜娜：我對中文很感興趣，有機會也想去學。

文法點播

โดย 的意思及用法。

❶ 是「透過」的意思。表示方式。
ดิฉันรู้จักคุณธงชัยโดยการแนะนำของเพื่อน 我透過朋友的介紹認識了通猜先生。

❷ 是「使用、藉助」的意思。表示用具、手段。
เขาผ่าแตงโมโดยเอามีด 他用刀切西瓜。

❸ 是「乘、坐、搭」的意思。後接交通工具名。
เราจะไปกรุงเทพฯโดยเครื่องบิน 我們將搭乘飛機去曼谷。

❹ 是「由…所…」的意思。表示創作人、表演者等。
เรื่องสามก๊กแต่งโดยหลอ กว้นจ อง《三國演義》是由羅貫中所創作的。

▶ **บทสนทนา 2 ชีวิตนอกเวลาเรียน**

นานา : สวัสดีค่ะ คุณเรียนมหาวิทยาลัยอะไรคะ

วิชัย : สวัสดีครับ ผมเป็นนักศึกษาปีหนึ่ง จุฬาลงกรณ์มหาวิทยาลัย

นานา : จุฬาลงกรณ์มหาวิทยาลัยมีชื่อเสียงมากในประเทศไทย

วิชัย : ใช่ครับ นอกจากการเรียนแล้ว ยังมีกิจกรรมสนุกอีกมากมาย

นานา : แล้วคุณเป็นสมาชิกของชมรมอะไรไหมคะ

วิชัย : ผมเป็นสมาชิกชมรมดนตรีครับ

นานา : คุณใช้เวลาว่างในมหาวิทยาลัยยังไงคะ

วิชัย : ผมชอบวาดรูปภาพครับ ไม่งั้นก็ไปแตะฟุตบอลกับเพื่อนๆ

นานา : คุณมีงานอดิเรกเยอะนะ

▶ **對話 2　課餘生活**

娜娜：你好！你在哪裡讀大學？

維差：你好！我是朱拉隆功大學大一的學生。

娜娜：朱拉隆功大學在泰國非常有名。

維差：是的，除了學習，我們還有有趣的活動。

娜娜：你有加入什麼社團嗎？

維差：我是音樂社的成員。

娜娜：課餘時間你都做些什麼呢？

維差：我喜歡繪畫，要不然就是和朋友們一起踢足球。

娜娜：你的業餘愛好真是多元呀！

文化連結

朱拉隆功大學是泰國最古老的大學，由曼谷王朝拉瑪六世所創，並以拉瑪五世之名（朱拉隆功）命名。被尊為「全泰國最有威望的大學」。

Unit 13 工作職場

TA04_13.MP3

Step 1 最常用的場景句子

1. คุณทำอาชีพอะไรครับ [kun tam aa-chêep à-rai kráp] **您是做什麼工作的？**

* **อาชีพ** 是「職業、行業」的意思。此處可作為「工作」之意。

2. ดิฉันเป็นแพทย์ค่ะ [dì-chăn bpen pâet kâ] **我是醫生。**

(關) **มานีเป็นคนไทย** 瑪妮是泰國人。

เขาเป็นหัวหน้าชั้น 他是班長。

* **เป็น** 是判斷動詞，意為「是」，聯繫兩個事物，表示二者是同一的或後者是屬前者之種類、屬性的判斷和說明。

3. ผมอยากเป็นอาจารย์ครับ [pŏm yàak bpen aa-jaan kráp] **我想當老師。**

(關) **ผมอยากเป็นคนเก่ง** 我想成為一個很棒的人。

* **เป็น** 為動詞，是「做、當、成為」的意思。

4. ดิฉันเป็นพนักงานฝึกงานค่ะ [dì-chăn bpen pá-nák ngaan fèuk ngaan kâ] **我是實習生。**

(關) **แบบฝึกหัด** 練習（名詞）

แบบฝึกหัดการพูดภาษาไทย 泰語口語練習

* **ฝึกหัด** 為動詞，是「練習」的意思。此處可作為「實習」之意。

5. ผมมีรายได้ไม่มากครับ [pŏm mee raai dâi mâi mâak kráp] **我的薪水不高。**

(關) **รายได้ประจำปีของผมมี 200000 บาท** 我的年收入有20萬泰銖。

* **รายได้** 為名詞，是「收入、所得」的意思。此處可作為「薪資」之意。

6. ดิฉันมีเพื่อนร่วมงานที่ดีค่ะ [dì-chăn mee pêuuan rûuam ngaan têe dee kâ]
我的同事們都很友善。

(關) เพื่อนกินหาง่าย เพื่อนตายหายาก 酒肉朋友易找，生死之交難尋。
* เพื่อน 為名詞，是「朋友、友人、夥伴」的意思。

7. ผมกำลังหางานครับ [pŏm gam-lang hăa ngaan kráp] 我在找工作。

(關) รีบไปเถอะ เขากำลังรอคุณอยู่ 快去吧，他正在等你呢。
* กำลัง 為助動詞，表示動作和行為正在進行。

8. ดิฉันว่างงานมาหนึ่งปีแล้วค่ะ [dì-chăn wâang ngaan maa nèung bpee láew kâ]
我待業已經1年了。

(關) ถ้ามีเวลาว่าง ฉันจะไปเที่ยวที่เมืองไทย 如果有空閒時間，我要去泰國玩。
* ว่าง 常見的含義有：①空、空白、空虛　②空閒、閒暇。

9. เงินบำนาญของข้าราชการสูงครับ
[ngern bam-naan kŏng kâa râat-chá-gaan sŏong kráp] 公務員的退休金很高。

(關) เงินไต้หวัน 台幣　　เงินไทย 泰銖
เขาเป็นคนมีเงินมาก 他是個有錢人。
* เงิน 為名詞，常見的含義有：①錢、款項　②錢財、財產　③銀、銀製品。

10. บริษัทจะซื้อค่าประกันสุขภาพให้ด้วย
[bor-rí-sàt jà séu kâa bprà-gan sùk pâap hâi dûuay] 公司幫忙買醫療保險。

(關) ค่าประกันชีวิต 人壽保險
* ค่าประกัน 為名詞，是「保險、保險金」的意思。

泰語的發音與筆順
子音
母音
聲調與拼讀規則
前引字
特殊發音與符號
最常用的文法和句型
最常用的分類單字
最口語的日常短句會話

Step 2 最常用的場景對話

▶ บทสนทนา 1 ทำงานที่มหาวิทยาลัย

นานา : การสอนภาษาไทยสนุกไหมคะ
วิชัย : สนุกมากครับ นักศึกษาตั้งใจเรียนครับ
นานา : คุณสอนวิชาอะไรบ้างคะ
วิชัย : การฟัง การพูดภาษาไทย และการอ่านข่าวภาษาไทยครับ
นานา : สอนเยอะนะ งานหนักไหมคะ
วิชัย : ไม่หนักครับ อาทิตย์ละ ๑๒ ชั่วโมงครับ
นานา : ก็สบายดีนะ
วิชัย : ครับ สบายดีครับ

▶ 對話 1　在大學工作

娜娜：教泰語有趣嗎？
維差：很有趣，學生們學習得很認真。
娜娜：您教什麼課程呢？
維差：泰語聽力、泰語會話和泰語新聞選讀。
娜娜：教的課程挺多的，工作會繁重嗎？
維差：不重，每週 12 堂課。
娜娜：那還挺好的。
維差：是的，很好。

文法點播

กำลัง 作助詞時的用法有以下幾種：

❶ 放在動詞前，表示動作正在進行。常常能構成句型：「กำลัง อยู่」表示「正在做…」。例如：ฉันกำลังอ่านหนังสืออยู่ 我正在讀書。

❷ 置於形容詞前，表示處於某種狀態。例如：อากาศกำลังร้อน 天氣正熱。

❸ 表示「正當其時、正合適、正好」。例如：กำลังดี 恰到好處。

泰語的發音與筆順

簡介 泰語

知識 語音

子音

母音

規則 聲調與拼讀

前引字

與符號 特殊發音

文法和句型 最常用的

分類單字 最常用的

短句會話 最口語的日常

▶ **บทสนทนา 2 การสัมภาษณ์**

วิชัย : สวัสดีครับ ผมชื่อวิชัย อายุ ๒๕ ปี เรียนจบจากมหาวิทยาลัยเจิ้งจื้อ เอกภาษาจีนครับ

นานา : แล้วคุณมีจุดด้อยและจุดเด่นอะไรบ้าง

วิชัย : ผมช่างพูด เรียนอะไรก็เรียนได้ดีและเร็วมาก จุดอ่อนคือใจร้อนครับ

นานา : คุณขับรถเป็นไหมคะ

วิชัย : เป็นครับ ผมได้ใบขับขี่มา ๕ ปีแล้วครับ

นานา : เงินเดือนที่คุณคาดหวังจะได้คือเท่าไรคะ

วิชัย : 30000-40000 บาทครับ

นานา : ค่ะ ขอบคุณที่สนใจบริษัทเราค่ะ ถ้าเราเลือกคุณจะติดต่อคุณอีก ทีหลังนะคะ

วิชัย : ครับ ขอบคุณที่สละเวลาสัมภาษณ์ผมครับ

▶ **對話 2　求職面試**

維差：您好！我叫維差，25 歲，畢業於政治大學，主修中文。

娜娜：你的優點和缺點是什麼？

維差：我很健談，學東西很快。缺點是比較急性子。

娜娜：你會開車嗎？

維差：會，我持有駕照已經 5 年了。

娜娜：你期望的薪資是多少呢？

維差：一個月 30000 ～ 40000 泰銖。

娜娜：好的，謝謝你對我們公司感興趣。如果我們有選中你，之後會再和你聯繫。

維差：好的，感謝您百忙中撥冗給我面試的機會。

文化連結

泰國人民習慣用顏色表示日期。這個習慣始於大城王朝時期，源於印度神話，每週七天各對應一顆星，每顆星代表一尊神，而每尊神代表的顏色各不相同。現在的泰國仍有按星期選色著衣的習俗。如果在泰國求職面試時，不妨按照這一習俗穿衣打扮，說不定會有驚喜哦！

369

14 留學申請

TA04_14.MP3

最常用的場景句子

---

1. คุณเรียนที่ไหนคะ [kun riian têe năi ká] 你在哪裡上學？

（關）ฝ่ายบัญชีอยู่ที่ไหน 會計室在哪裡？

* ที่ไหน 置於句尾，用於表示詢問地點。

---

2. โรงอาหารมีผลไม้ เช่น แตงโม สับปะรด มะม่วง

[rohng aa-hăan mee pŏn-lá-mái · chên · dtaeng moh · sàp bpà rót · má-mûuang]

福利社有賣水果，例如西瓜、鳳梨、芒果。

（關）มหาวิทยาลัยเปิดวิชาเอกสำหรับนักศึกษาต่างชาติ เช่ น วิชาภาษาต่าง
ประเทศ วิชาบริหารธุรกิจและวิชาการท่องเที่ยว

學校提供給外國留學生申請的科系比如外語學系、企業管理學系、觀光旅遊學系。

* เช่น 是「即、例如」，可以用 ได้แก่ อย่างเช่น 等用語進行替換。

---

3. ค่าเทอมทั้งหมดเท่าไร [kâa term táng mòt tâo rai] 學費總共是多少錢？

（關）ค่าใช้จ่ายทั้งหมดเท่าไร 費用總共是多少錢？

* ทั้งหมด 是「全、都、全部」，ทั้ง 是「整」，หมด 是「完全、總共、完、結束」的意思。這兩個詞可以結合使用，也可以根據句子意思單獨使用。

---

4. มี ไหม [mee · măi] ⋯有⋯嗎？

（關）ในมหาวิทยาลัยมีหอพักไหม 大學裡有宿舍嗎？

* 用於詢問某地有某物或者某人有某物的常用句型。

泰語的發音與筆順

簡介 泰語

知識 語音

子音

母音

規則 聲調與拼讀

前引字

與符號 特殊發音

文法和句型 最常用的

分類單字 最常用的

短句會話 最口語的日常

5. ระดับปริญญาโทจะเรียนกี่ปี [rá-dàp bpà-rin-yaa toh jà riian gèe-bpee]
攻讀碩士學位需要幾年？

（關）นักศึกษาต่างชาติศึกษาระดับปริญญาโทต้องเรียนกี่ปี

外國留學生攻讀碩士學位需要幾年？

* **ระดับ** 為名詞，可以翻譯為「等級、程度」。

6. รับสมัคร [ráp sà-màk] …接受…的申請

（關）สาขาวิชาภาษาต่างประเทศรับสมัครนักศึกษาต่างชาติ

外語學系接受外國學生的申請。

* 通常對某處接受某人或某類人去申請的資格進行提問時常用的句型。

7. เรียนสาขาวิชาอะไร [riian săa-kăa wí-chaa à-rai] 主修什麼（學系）？

（關）คุณเรียนสาขาวิชาอะไร 你主修什麼（學系）？

* **เรียน** 翻譯為「學習、求學」。也可用 **ศึกษา**，該詞與 **เรียน** 同義，但更為正式。用於句子或書信的開頭處以示尊重，有「啟稟、稟告」的意思。

8. ปีหน้าผมอยากไปสมัครมหาวิทยาลัยในประเทศไทย [bpee nâa pŏm yàak bpai sà-màk má-hăa wít-tá-yaa-lai nai bprà-têt jeen] 明年我想申請泰國的大學。

* **อยาก** 通常用於表示明年想要得到的事物，可後接句子、片語、單字。

9. คุณต้องสมัครเสร็จภายใน๒วัน [kun dtông sà-màk sèt paai nai sŏng wan]
你需要在兩天之內提交完成申請。

（關）คุณต้องทำการบ้านเสร็จภายในวันนี้ 你必需要在今天之內完成作業。

* **ภายใน** 通常翻譯為「在…之內」，用於表達時間或空間。

10. บรรยากาศการเรียนในห้องพักมหาวิทยาลัยดีมาก [ban-yaa-gàat gaan riian nai hông pák má-hăa wít-tá-yaa-lai dee mâak] 大學宿舍裡的學習氣氛很好。

（關）บรรยากาศในร้านอาหารไม่เลวเลยทีเดียว 餐廳的環境非常不錯。

* **ใน** 在這裡作為介詞使用，可以當作是「的」的意思。

Step 2 最常用的場景對話

▶ บทสนทนา 1 คุยเรื่องมหาวิทยาลัย

แมรี : คุณจางคะ คุณเรียนที่ไหนคะ
จางจื้อเหว่ย : ผมเรียนที่มหาวิทยาลัยเจิ้งจื้อครับ
แมรี : มหาวิทยาลัยของคุณรับสมัครนักศึกษาต่างชาติไหมคะ
จางจื้อเหว่ย : รับครับ มหาวิทยาลัยของผมเปิดสาขาวิชาสำหรับนักศึกษาต่างชาติอยู่ครับ
แมรี : นักศึกษาต่างชาติศึกษาระดับปริญญาโทที่มหาวิทยาลัยเจิ้งจื้อต้องเรียนกี่ปีคะ
จางจื้อเหว่ย : ตามปกติ ประมาณ ๓ ปีครับ
แมรี : ปีหน้าดิฉันอยากไปเรียนที่มหาวิทยาลัยเจิ้งจื้อค่ะ
จางจื้อเหว่ย : ยินดีครับ

▶ 對話 1 聊學校（一）

瑪麗：小張，你在哪裡就讀？
張志偉：我在政治大學上學。
瑪麗：你們學校有開放外國留學生的入學申請嗎？
張志偉：有，我們學校有開設針對外國留學生的學系。
瑪麗：外國留學生在政治大學攻讀碩士學位需要念幾年？
張志偉：通常是 3 年。
瑪麗：明年我想去政治大學念書。
張志偉：非常歡迎。

文法點播

大部分的泰國院校會解決本科留學生的住宿問題，但是對於攻讀研究生或者是博士研究生的留學生，就需要自己在外面找房子居住了。需要注意的是，泰國的學生宿舍並不會像國內的學生宿舍男生一棟、女生一棟這樣，而是男女生共同住在同一棟樓。但是房間依舊是男女生分開居住的。

泰語的發音與筆順

簡介 泰語

知識 語音

子音

母音

規則 聲調與拼讀

前引字

與符號 特殊發音

文法和句型 最常用的

分類單字 最常用的

短句會話 最口語的日常

▶ บทสนทนา 2 คุยเรื่องวิทยาเขต

　　มานี : คุณจางคะ มหาวิทยาลัยเจิ่งจื้อเป็นมหาวิทยาลัยเอกชนหรือรัฐคะ

จางจื้อเหว่ย : ของรัฐครับ

　　มานี : งั้นในมหาวิทยาลัยมีหอพักไหมคะ

จางจื้อเหว่ย : มีครับ มหาวิทยาลัยจะจัดห้องพักให้นักศึกษาครับ

　　มานี : ห้องพักมหาวิทยาลัยเป็นยังไงบ้างคะ

จางจื้อเหว่ย : ห้องพักของมหาวิทยาลัยมีหลายแบบครับ ได้แก่ ห้องพัก๖คน

　　　　๔คนและ๒คนครับ

　　มานี : ของใช้ในห้องพักของมหาวิทยาลัยครบไหมคะ

จางจื้อเหว่ย : ครบครับ นอกจากนี้บรรยากาศการเรียนในห้องพักดีมากครับ

　　มานี : ดีจังเลย งั้นปีหน้าเจอกันนะคะ

▶ **對話 2　聊學校（二）**

　　瑪尼：小張，政治大學是私立的還是公立的？

張志偉：公立的。

　　瑪尼：學校裡有宿舍嗎？

張志偉：有，學校會安排宿舍給學生的。

　　瑪尼：宿舍怎麼樣呢？

張志偉：宿舍有很多類型，有 6 人房、4 人房和 2 人房。

　　瑪尼：宿舍的設施齊全嗎？

張志偉：很齊全。此外，宿舍裡的學習氣氛很好。

　　瑪尼：真棒！那明年見呀。

文化連結

泰語中不同類型學校的表達如下：

❶ โรงเรียน 表示除大學之外學校的統稱。

❷ โรงเรียนอนุบาล 用於表示幼稚園。

❸ โรงเรียนประถม 用於表示小學。

Unit

15 緊急情況

TA04_15.MP3

Step 1 最常用的場景句子

1. ช่วยด้วย [chûuay dûuay] 救命！

同 **ช่วย! ช่วย!** 救命！救命！

2. กรุณาช่วยฉันหน่อย [gà-rú-naa chûuay chǎn nòi] 請幫幫我！

同 **ช่วยหน่อย** 請幫幫我！
ขอความช่วยเหลือหน่อย 請幫我一下！

3. ไฟไหม้! ไฟไหม้! [fai mâi · fai mâi] 著火了！

4. ช่วยผมแจ้งความได้ไหมครับ [chûuay pǒm jâeng kwaam dâai mǎi kráp] 你能幫我報警嗎？

同 **ช่วยโทรตามตำรวจหน่อยได้ไหมคะ** 能幫我叫一下警察嗎？

5. หมายเลขโทรศัพท์ของตำรวจในประเทศไทยคืออะไรคะ [mǎai lêk toh-rá-sàp kǒng dtam-rùuat nai bprà-têt tai keu à-rai ká] 請問泰國報警電話是多少？

6. ผมรู้สึกไม่สบาย [pǒm róo sèuk mâi sà-baai] 我感覺不舒服。

關 **ผมรู้สึกเวียนหัว / เพลีย / หัวใจเต้นไว** 我感覺頭暈／乏力／心跳過快。

7. ถูกรถชน [tòok rót chon] 撞車了。

（同）เกิดอุบัติเหตุทางจราจร 出交通意外了。

8. ตกเครื่องบินแล้ว เปลี่ยนเที่ยวบินยังไงครับ
[dtòk krêuuang bin láew · bpliian tîieow bin yang ngai kráp] 錯過飛機要怎麼改簽。

（同）ตกเที่ยวบินต้องเปลี่ยนตั๋วอย่างไรครับ 錯過飛機了要怎麼去換航班。

9. หนังสือเดินทางหาย [năng-sĕu dern taang hăai] 護照弄丟了。

（同）พาสปอร์ตนักท่องเที่ยวชาวต่างชาติหาย 外籍遊客的護照弄丟了。

10. มีคนร้ายเข้าบ้าน [mee kon ráai kâo bâan] 家裡遭小偷了。

（關）มีโจรเข้าบ้าน 家裡遭小偷了。

11. มีคนตกน้ำ [mee kon dtòk náam] 有人落水。

12. มีนักเรียนเป็นลม [mee nák riian bpen lom] 學生暈倒了。

（同）มีนักเรียนหมดสติ 有學生失去意識了。

13. เด็กผู้ชายถูกขังในรถ [dèk pôo chaai tòok kăng nai rót] 小男孩被困在車裡。

（同）เด็กผู้ชายถูกล็อคในรถ 小男孩被鎖在車裡。

14. ลูกของเพื่อนบ้านหาย [lôok kŏng pêuuan bâan hăai] 鄰居家的小孩走丟了。

（同）ลูกของเพื่อนบ้านหลงทาง 鄰居家小孩迷路了。

15. คุณยายถูกโกงเงิน [kun yaai tòok gohng ngern] 老奶奶被騙錢了。

（同）คุณยายโดนหลอกเงิน 老奶奶被騙錢了。

泰語的發音與筆順

簡介 泰語

知識 語音

子音

母音

規則 聲調與拼讀

前引字

與符號 特殊發音

文法和句型 最常用的

分類單字 最常用的

短句會話 最口語的日常

Step 2 最常用的場景對話

▶ บทสนทนา 1 ช่วยแจ้งความหน่อย

จื่อเจวียน : กระเป๋าและมือถือหายค่ะ

สมคิด : ในกระเป๋ามีของสำคัญอะไรไหมครับ

จื่อเจวียน : มีค่ะ มีบัตรประชาชน บัตรธนาคาร มือถือและเอกสารสำคัญค่ะ กรุณาช่วยดิฉันแจ้งความหน่อยได้ไหมคะ ดิฉันไม่มีมือถือค่ะ

สมคิด : ได้ครับ ผมจะโทรหนึ่งเก้าหนึ่ง (191) ตามตำรวจเดี๋ยวนี้เลยครับ

จื่อเจวียน : ขอบคุณมากค่ะ

▶ 對話 1　請幫我報警

張子娟：我的包包和手機不見了！

頌遜：包包裡有什麼重要的東西嗎？

張子娟：有，有身分證、銀行卡、手機和重要的文件。你能幫我報警嗎？我沒手機。

頌遜：沒問題，我現在就打 191 叫警察過來。

張子娟：謝謝你！

文法點播

❶「怎麼樣」、「怎樣」，在泰語中用 เป็นอย่างไร 表達，但是在口語表達中，泰國人更喜歡說成 เป็นไง 或是 ยังไง。

❷ ช่วย ได้ไหม 是「能幫我…嗎？」，表示需要對方幫忙的事情。

泰語的發音與筆順

泰語簡介

語音知識

子音

母音

聲調與拼讀規則

前引字

特殊發音與符號

最常用的文法和句型

最常用的分類單字

最口語的日常短句會話

▶ **บทสนทนา 2 มีคนตกน้ำ**

คนตกน้ำ : ช่วยด้วย! ช่วยด้วย!

นานา : สมชาย แถวแม่น้ำมีคนตกน้ำค่ะ

สมชาย : ผมไปช่วยเขา นานารีบโทรตามรถพยาบาลนะครับ

นานา : ค่ะ ดูแล ตัวเองดีๆนะ

สมชาย : เขาหมดสติไปแล้ว รถฉุกเฉินมาหรือยังครับ

นานา : กำลังจะถึงค่ะ

สมชาย : ช่วยโทรศัพท์ตามให้อีกทีครับ

▶ **對話 2　有人落水**

落水者：救命！救命！

娜娜：頌猜，河邊有人落水了。

頌猜：我去救他，妳快打電話叫救護車。

娜娜：好的，你自己小心。

頌猜：他失去意識了，救護車要到了嗎？

娜娜：馬上就到了。

頌猜：再打電話催一下。

文化連結

在泰國旅遊或者居住，需要記住常用緊急聯繫號碼：

❶ 泰國報警電話：191。

❷ 急救中心：1691。

❸ 醫療救助：1669。

❹ 旅遊求助：1155。

Unit 16 文化交流

TA04_16.MP3

Step 1 最常用的場景句子

1. ประเทศไทยเป็นประเทศเขตร้อน [bprà-têt tai bpen bprà-têt kèt rón]
泰國是熱帶國家。

(關) **เขตหนาว** 寒帶　**เขตอบอุ่น** 溫帶
* **เขตร้อน** 熱帶，單字中的 **เขต** 此處是指「地區、地帶」。

2. คนไทยส่วนใหญ่เป็นชนชาติไทย [kon tai sùuan yài bpen chon châat tai]
泰國人大部分是傣族。

(關) **ชนชาติไท** 傣族　**ชนชาติอาข่า** 阿卡族
* **ชนชาติ** 意為「民族」。

3. คนไทยนับถือศาสนาพุทธ [kon tai náp tĕu sàat-sà-năa pút] 泰國人信仰佛教。

(關) **อาจารย์ธงชัยเป็นคนที่ฉันนับถือมากที่สุด** 通猜老師是我最欽佩的人。
* **นับถือ** 意為「信仰、信奉；欽佩」。

4. ประเทศไทยมีวัดเยอะมาก คนไทยชอบไปทำบุญที่วัด
[bprà-têt tai mee wát yúh mâak · kon tai chôp bpai tam bun têe wát]
泰國有很多寺廟，泰國人喜歡去寺廟做功德。

(關) **ปล่อยนกปล่อยปลา** 放生
* **ทำบุญ** 意為「行善、積德、做功德」，常見的做功德的形式有放生、捐功德、進獻鮮花、香燭等。

5. ทำดีได้ดี ทำชั่วได้ชั่ว [tam dee dâai dee · tam chûua dâai chûua]
善有善報，惡有惡報。

(同) **ทำดีได้ดี ทำร้ายได้ร้าย** 善有善報、惡有惡報。

* 表因果循環的常見俗語。

6. คนไทยนิยมดื่มน้ำเย็น [on tai ní-yom dèum náam yen] **泰國人喜歡喝冰水。**

* **เย็น** 是「涼、冷；傍晚」的意思，**น้ำเย็น** 此處譯為「冰水」，因泰國氣候炎熱，泰國人都習慣只喝冰水。

7. ช้างเป็นสัญลักษณ์ของไทย ช้างไทยจัดอยู่ในประเภทช้างเอเชีย
[cháang bpen săn-yá-lák kŏng tai · cháang tai jàt yòo nai bprà-pêt cháang ay-chiia] **大象是泰國的象徵，泰國大象屬於亞洲象。**

(同) **อ๊าวส่ายถือว่าเป็นสัญลักษ์ของประจำชาติเวียดนาม**
越式長衫被視為是越南民族的象徵。

* **สัญญลักษณ์** 意為「象徵、徵兆；標誌」。

8. การแต่งกายต้องสุภาพและเรียบร้อย [gaan dtàeng gaai dtông sù-pâap láe rîiap rói]
穿著打扮要得體。

***เรียบร้อย** 是「斯文、文雅」的意思，此處可想成是「得體」。

9. ขออวยพรวันเกิดให้ [kŏr uuay pon wan gèrt hâi] **祝…生日快樂！**

* 「人名」＋**สุขสันต์วันเกิด** 句型，即為「祝…（人名）生日快樂」的意思。

泰語簡介
語音知識
子音
母音
前引字
特殊發音與符號
最常用的文法和句型
最常用的分類單字
最口語的日常短句會話

Step 2 最常用的場景對話

▶ บทสนทนา 1 การไปเที่ยวที่วัดพระแก้ว

นานา : พรุ่งนี้วันหยุด เราจะไปเที่ยวที่ไหนดีคะ

จางจื้อเหว่ย : ไปไหนก็ได้ครับ ตามใจชอบครับ

นานา : งั้นเราไปเที่ยวที่วัดพระแก้วดีไหมคะ คนไทยนับถือศาสนาพุทธ ก็เลยนิยมไปทำบุญที่วัดค่ะ

จางจื้อเหว่ย : ครับ แล้วไปที่วัดต้องระหวังอะไรไหมครับ

นานา : ต้องแต่งกายสุภาพเรียบร้อย ห้ามใส่กางเกงหรือกระโปรงสั้น ห้ามใส่รองเท้าแตะ และไม่พูดเสียงดังค่ะ

จางจื้อเหว่ย : ครับ แล้วเราจะทำบุญได้อย่างไรครับ

นานา : เราทำได้หลาอย่าง เช่น บูชาดอกบัวและธูปเทียน ทำบริจาคปล่อยปลาปล่อยเต่าค่ะ

จางจื้อเหว่ย : โอเคครับ เจอกันพรุ่งนี้เช้าครับ

▶ 對話 1　去玉佛寺

娜娜：明天放假，我們要去哪兒玩呢？

張志偉：去哪裡都行，隨你喜歡。

娜娜：那我們去玉佛寺好嗎？泰國人信奉佛教，所以喜歡去寺廟做功德。

張志偉：好的，去寺廟我們需要注意什麼嗎？

娜娜：穿著要得體，禁止穿短褲、短裙和拖鞋，在寺內不能大聲喧嘩。

張志偉：好的，我們可以做些什麼功德呢？

娜娜：可以進獻香燭和蓮花、捐功德、放生。

張志偉：好的，明早見！

文法點播

นิยม ก.ว. : ❶ 喜愛、愛好、歡迎。例如：นิยมดื่มน้ำชา 喜歡喝茶
❷ 親近、崇拜。例如：นิยมไทย 親泰
❸ 時尚、時髦，流行。例如：ปีนี้นิยมสีม่วง 今年流行紫色。
น. : 後綴、主義。例如：ทุนนิยม 資本主義 ชาตินิยม 民族主義

泰語的發音與筆順

簡介 泰語

知識 語音

子音

母音

聲調與拼讀 規則

前引字

特殊發音 與符號

文法和句型 最常用的

分類單字 最常用的

最口語的日常 短句會話

▶ **บทสนทนา 2 การฉลองวันเกิด**

นานา : เราจะไปซื้อของขวัญค่ะ วันเสาร์นี้เป็นวันเกิดหวางอวี่ถิงค่ะ

วิชัย : อ๋อ หวางอวี่ถิงเป็นคนไต้หวันใช่ไหมครับ ไม่รู้ว่าคนไต้หวันจะ
ฉลองอย่างไรครับ

นานา : ก็คล้ายกับคนไทยค่ะ จะจัดปาร์ตี้วันเกิด และเชิญชวนเพื่อนๆเข้า
ร่วม

วิชัย : น่าสนุกนะ แล้วปกติ จะให้ของขวัญอะไรบ้างครับ

นานา : ปกติ จะให้ดอกไม้ เสื้อผ้า หนังสือ เครื่องแต่งกาย ฯลฯ แต่ห้ามให้
นาฬิกาค่ะ

วิชัย : ทำไมครับ

นานา : เพราะว่าการออกเสียงนาฬิกาในภาษาจีนคือ จง มีความหมายว่าตาย

วิชัย : อ๋อ เข้าใจแล้วครับ ขอฝากอวยพรวันเกิดให้หวางอวี่ถิงด้วยครับ

▶ **對話 2　慶祝生日**

娜娜：我要去買禮物。這週六是王玉婷的生日。

維差：哦，王玉婷是台灣人，對吧！不知道台灣人怎麼慶祝生日呢？

娜娜：跟泰國人差不多，會聚會並邀請朋友們一起參加。

維差：很有趣，一般會送什麼生日禮物呢？

娜娜：一般會送花束、衣服、書籍、飾品等，但不能送鐘錶。

維差：為什麼呢？

娜娜：因為中文「鐘」的發音與「終」同音，而「終」有結束、死亡的意思，不
吉利。

維差：噢，明白了！請替我祝王玉婷生日快樂！

文化連結

潑水節（宋干節）是泰國傳統節日，是泰國新年。於每年陽曆4月13～15日舉
行，主要活動有齋僧布施、沐浴淨身、互相潑水祝福、敬拜長輩、去寺廟或河
邊放生、載歌載舞，是泰國一年中最熱鬧、最隆重的節日。

台灣廣廈 國際出版集團
Taiwan Mansion International Group

國家圖書館出版品預行編目（CIP）資料

全新！自學泰語 看完這本就能說！／朱玥霖，王鳳梅著.
-- 初版. -- 新北市：語研學院，2023.10
面；　公分
ISBN 978-626-97565-9-9（平裝）
1. CST: 泰語　2. CST：讀本

803.758　　　　　　　　　　　　112015818

LA PRESS 語研學院 Language Academy Press

全新！自學泰語看完這本就能說

作　者／朱玥霖、王鳳梅	編輯中心編輯長／伍峻宏・編輯／王文強
審　校／陸偉敏	封面設計／何偉凱・內頁排版／東豪印刷事業有限公司
	製版・印刷・裝訂／東豪・紘億／弼聖・明和

行企研發中心總監／陳冠蒨　　　線上學習中心總監／陳冠蒨
媒體公關組／陳柔彣　　　　　　數位營運組／顏佑婷
綜合業務組／何欣穎　　　　　　企製開發組／江季珊、張哲剛

發　行　人／江媛珍
法律顧問／第一國際法律事務所 余淑杏律師・北辰著作權事務所 蕭雄淋律師
出　　　版／語研學院
發　　　行／台灣廣廈有聲圖書有限公司
　　　　　　地址：新北市235中和區中山路二段359巷7號2樓
　　　　　　電話：（886）2-2225-5777・傳真：（886）2-2225-8052
讀者服務信箱／cs@booknews.com.tw

代理印務・全球總經銷／知遠文化事業有限公司
　　　　　　地址：新北市222深坑區北深路三段155巷25號5樓
　　　　　　電話：（886）2-2664-8800・傳真：（886）2-2664-8801
郵政劃撥／劃撥帳號：18836722
　　　　　　劃撥戶名：知遠文化事業有限公司（※單次購書金額未達1000元，請另付70元郵資。）

■出版日期：2023年10月　　　　ISBN：978-626-97565-9-9

本書中文繁體版經四川一覽文化傳播廣告有限公司代理，
由中國宇航出版有限責任公司授權出版。